आईपण

एक प्रवृत्ती

कविता चौधरी

First Published in April 2022

ISBN: 978-93-5611-396-1

BLUEROSE PUBLISHERS

www.BlueRoseONE.com

info@bluerosepublishers.com

+91 8882 898 898

Cover Design:

Akash

Typographic Design:

Tanya Raj Upadhyay

Distributed by: BlueRose, Amazon, Flipkart

प्रस्तावना

"**आईपण- एक प्रवृत्ती** " ही वास्तविक जीवनात आलेल्या प्रसंगांपासून, अनुभवातून प्रेरित आहे.

ही कथा आहे स्वप्नील व मानसीची. त्यांच्या **आई- बाबा** होण्याच्या प्रवासाची. ही कथा **मुंबई-टर्की** अशा दोन ठिकाणी घडते.

लग्न झाल्यावर जशी प्रत्येक स्त्रीची आई होण्याची इच्छा असते. तशीच इच्छा मानसीची ही असते.

"**Unexplained Infertility**" (अनएक्स्प्लेन्ड इनफर्टिलीटि) या संकल्पनेवर आधारित आहे. त्याची procedure (IUI, IVF) , त्यातून येणारा स्ट्रेस ह्या सगळ्या गोष्टी आहेत.

Unexplained infertility म्हणजेच सगळं काही normal असताना पण गर्भधारणा होत नाही.

मग ह्या सगळ्या प्रोसेस मध्ये 3 पैलू महत्त्वाचे.

1) **मेडीकल 2) सोशल 3) स्पिरिच्युअल**

मेडीकल- वैद्यकीय सल्ला, योग्य ट्रिटमेंट घेणे खूप महत्त्वाचे असते. डॉक्टरांची यात महत्त्वाची भूमिका असते. तो एक कौंन्सिलर असतो. त्याचे प्रत्येक शब्द महत्त्वाचे असतात. अशा केसेस मध्ये, होणाऱ्या आई- बाबांना जी पॉझिटिव्ह न्युज ऐकायची असते, ती फक्त डॉ सांगू शकतात. एक एक निकष शोधत डॉ. त्या समस्येच्या मुळापर्यंत जातो.

सोशल- बाळ न होणाऱ्या स्त्रीला गिल्टी (दोषी) वाटत असतं. ह्या सगळ्या गोष्टींचा तिच्यावर नकळत प्रभाव पडत असतो. इतर लोकांच्या खोचक बोलण्याचा तिला त्रास होतो

पण फॅमिली सपोर्ट महत्त्वाचा. घरातील सर्वांनी समजून घेतल्यावर, प्रत्येक वेळी मनोबल वाढवल्यावर खूप सपोर्ट मिळतो.

स्पिरिच्युअल- हा ही पैलू तितकाच महत्त्वाचा. देवाची प्रार्थना, पूजा, संकल्प, नवस अशा वेगवेगळ्या प्रकारे स्वतःतील पॉझिटिव्हिटी, होप्स जागी ठेवली जाते.

ह्या तिघांमध्ये नक्की कोणतं औषध काम करते, नाही माहिती पण "अनएक्सप्लेन्ड इनफर्टिलीटि" प्रमाणेच नक्की कशाचा फायदा होतो हेही 'अनएक्सप्लेनच' राहतं.

पण हे सगळं करूनही काहीच यश नाही मिळाले तर मात्र खचून जाऊ नये. जसे आपल्याला एखादे बाळ हवे असते तसेच एखाद्या बाळालाही आई-बाबा हवेच असतात. बाळाला जन्म दिला म्हणजेच "आई" होतो असे नाही. आपल्यात असलेल्या "आईपणा" मुळेच खरं आई होतो. आणि याच उदात्त उदाहरण म्हणजे **'सिंधुताई सपकाळ'**. आपल्या एकाच मुलीची आई होण्यापेक्षा त्यांनी हजारो-लाखो मुलांना "आईपण" दिले.

म्हणूनच मी म्हणते " आईपण " ही एक प्रवृत्ती आहे. म्हणजे आपल्या लहान मुलीमध्ये, मोठ्या बहिणींमध्ये आपल्याला आईची माया, आईपणाची झलक दिसते.

आणि मुळात "**आई**" ही जर एक व्यक्ती असती तर ती आई जी आपल्या मुलासाठी आई होते तिच सुनेसाठी सासू होते हे कसं शक्य आहे. म्हणजेच ती व्यक्ती "आई" आणि "सासू" ह्या दोन प्रवृत्त्या धारण करते.

आणि जी व्यक्ती "**आईपण**" धारण करते ती प्रत्येकाचीच आई होते.

खरं म्हणजे.... .

"आईपण" खास असतेच पण तिच्या सोबत समजूतदार "बाबा" असणे, एकदम "झकास" असते.

"अनएक्स्प्लेन्ड इनफर्टिलीटि" हा एक वैश्विक मुद्दा आहे. जगभरातील कित्येक दाम्पत्य ह्या अनुभवातून गेले असतील.

साधारण १५-३० टक्के दाम्पत्यांमध्ये गर्भधारणा न होण्याचे कारण "अनएक्स्प्लेन्ड इनफर्टिलीटि" हे आहे.

प्रत्येक कुटुंबातल्या निदान एका दाम्पत्यांमध्ये हे कारण दिसून येते.

मला ह्या विषयावर लिहिण्याची संधी मिळाली.

आशा करते की तुम्हालाही आवडेल.

-कविता चौधरी

"आईपण- एक प्रवृत्ती"

छानसा नवीन मोठा फ्लॅट असतो.. (**2019**)

स्वयंपाक घरात मानसी, इशिका आणि नविशा असतात.

मानसी लहान मुलीला दुध गरम करुन पाजत असते (किचन ओट्यावर). (खुर्चीत बसून) मोठी मुलगीही दूध पित असते. तितक्यात फोन वाजतो.

इशू - "थांब मम्मा मी आणते".....

पळत पळत जाते व फोन घेऊन येते..

मानसी- "कोणाचा आहे गं?"

इशू- "काय माहिती मम्मा.. हॅलो..हॅलो.."...

मानसीला फोन देते.. मानसी स्क्रीन वर बघते. प्राजू म्हणजे मानसीची लहान बहीण, तिचा फोन असतो.

मानसी लहान मुलीला ग्लासाने दूध पाजतच फोन वर बोलायला सुरुवात करते.

मानसी- "बोल प्राजू, कशी आहेस? तब्बेत कशी आहे

तुझी?"

प्राजक्ता- "ताई मी मजेत, तू सांग तू कशी आहेस?

माझ्या छकुल्या कशा आहेत?"

मानसी- "काय सांगू, दिवसभर अगदी दंगा करतात

दोघी. बाकी सगळे मजेत. तू सांग कसा काय फोन

केलास?"

प्राजक्ता - "अगं ताई, माझे डोहाळ जेवण आहे १५

दिवसांनी म्हणजेचं २३ जानेवारीला. त्यासाठीच फोन केला. सगळ्यानीच यायचे हं!..आई-आप्पांनाही सांग".

मानसी कॅलेंडर कडे बघते.

मानसी- "हो नक्की! आई-आप्पा नसतील बहुतेक पण आम्ही येऊ."

प्राजक्ता - "आणि ऐक, आमच्याकडे सगळे जणं काही ना काही सादरीकरण करणार आहेत. म्हणून म्हंटलं आपल्या कडंचही काहीतरी असावे".

"तू इशुचा नाच वगैरे बसव ना, आणि तुलाही काही सुचतयं का बघ. एखादा लेख किंवा कविता. हल्ली तू काही लिहिलेच नाही".

मानसी- "अगं कुठे वेळ मिळतो. सध्या दिवस कसा जातो तेच कळत नाही. कळेल तुलाही लवकरच.

(दोघीही हसतात)

"बरं...बघते काय करायचं, काही सुचतं का? ठेवते आता आणि हो.. तू काळजी घे".

"माझा नमस्कार सांग घरी सगळ्यांना. बाय."

घरातील कामे आटोपून मानसी मुलांना झोपवते.पण तिच्याच विचारांमध्ये विरुन जाते.

"ताई तू काही तरी लिही ना, माझे डोहाळ जेवण आहे. एखादा लेख किंवा कविता" असे प्राजूचे शब्द तिला आठवतात.

मानसी उठते, हातात डायरी-पेन घेते व पुन्हा आठवणीत रमते.

फ्लॅशबॅक (2008)

सकाळी ६ चा अलार्म वाजतो. (मानसी आणि स्वप्नील दोघेही गाढ झोपेत, दचकून उठतात)

स्वप्नील - "अगं ए उठ, चल मला आवरायला हवं".

मानसी- "हो हो" (डोळे चोळत उठते, तो घाईत आवरतो)

ती चहा नाश्ता बनवते. तो आंघोळ करून येतो.

स्वप्नील- "चल दे लवकर, उशीर होतो आहे".

मानसी-(चहा गाळते) "हो हो झाले".

(ती चहा पोहे आणते). तो देवाला नमस्कार करतो.

(तो तयारी करतो- केस विंचरणे, शर्ट-पँट घालणे...ती त्याला पोहे खाऊ घालत असते मधे-मधे).

स्वप्नील- (चहा पितांना मानसी ला म्हणतो) "तू लवकर का नाही उठत?"

मानसी- "किती वेळा सांगितलं मला रात्रभर जागवले तरी चालेल पण सकाळी लवकर उठायला नाही सांगायचं. मला स्वतःहून जाग नाही येत रे"...

स्वप्नील- "हो...हो...समजले हां". (चिडवल्यासारखे) ..

तो आवरतो, ती पाकीट, रूमाल, बेल्ट, पाण्याची बॉटल बॅगेजवळ नेउन ठेवते व स्वतःच्याच विचारात गुंतते व परत आठवणीत रमते.

थोड्याच दिवसांपूर्वी म्हणजे लग्ना अगोदर जेव्हा ती कॉलेजात जायची तेव्हा तिची आई तिच्यासाठी असचं, उलट, तिच्याही पेक्षा जास्त करायची.

हातात...नव्हे बॅगेतच आयता टिफिन आणि बाटली असायची. आता तेच 'ती' आवडीने करायचा प्रयत्न करत आहे. अगदी आईसारखं नाही जमणार पण करेल हळूहळू.

(मानसी व तिची आई)

मानसी- "आई दे गं लवकर, मला उशीर होतो आहे".

आई- (घाईत) "हो हो, हे घे". (बॅगेत डबा, बॉटल ठेवते.)

मानसी- "आई निघते गं".

आई- (घाईत) "अगं थांब, थोडे बदाम घे".

मानसी- "आई मला उशीर होतो आहे अगं!! तुला समजत नाही का?"

तरीपण आई पटकन बॅगेच्या पॉकिट मध्ये बदाम टाकते.

दोघी एकमेकींकडे बघतात. ती (आई तू पण ना) असा लूक देते व "चल येते मी" म्हणून निघते.

आई- "नीट जा गं"

मानसी- "हो आईईईऽ"....

स्वप्नील- "ऐकतेस का? मानसी! मानसीऽऽऽ......(चुटकी

वाजवतो, ती भानावर येते). "ऐक आज डिनर मीटिंग आहे. यायला थोडा उशीर होईल.

मानसी- अं....... (त्याच्याकड बघते) "ओके, लवकर ये."

स्वप्नील- "हो चल येतो. काळजी घे."

मानसी- "तू पण"....

(खिडकीतून त्याला बघते, तो पळता पळता तिला बाय करतो. "रिक्षा"..असा आवाज देतो)...

अशीच धावपळ सुरू असते, आई-आप्पा गावी गेलेले असतात. स्वप्नीलचा जॉब, टूर्स, धावपळ..

नवीन नवीन लग्न झालेले असल्याने तिही बर्याच गोष्टी शिकत असते. सगळचं नवीन होतं तिच्यासाठी...

एके दिवशी स्वप्नील ऑफिस मधून फोन करतो...

स्वप्नील- "काय करतेस?"

मानसी- "काही विशेष नाही. नुकतेच जेवले. तू जेवलास का?"

स्वप्नील- "हो, आत्ताच....बरं ऐक. आज वेळेत घरी येईल. आज मिटिंग्स नाहीये. हम्मम".

मानसी- "हम्ममम्ममम" (गालातल्या गालात हसते).

ती खूप आनंदी होते. त्याला सरप्राईज द्यायचे ठरवते. ती घर सजवते. कॅन्डल लाइट डिनर ची योजना करते.

छान फुगे आणते.

त्याच्या आवडीचा स्वयंपाक करते. ती मस्त ड्रेस घालते. छान तयार होते. रूम फ्रेशनर मारते.

स्वप्नील थकून भागून घरी येतो. बेल वाजते. ती दरवाजा उघडते. त्याला सगळे सरप्राईज असते. सगळी तयारी बघून त्याला छान वाटते. खूप प्रसन्न वाटते.

स्वप्नील- (सगळीकडे बघतो) "अरे वा, हे काय? म्हणजे...खूप छान आहे".

तो बॅग ठेवतो. ती त्याला पाणी देते.

मानसी- "हो ना, मग जा लवकर फ्रेश हो. तुझे कपडे काढून ठेवले आहे, ते घाल. मी जेवणाची तयारी करते".

तो फ्रेश होतो. तीने त्याच्या आवडीची भेंडीची भाजी, आमरस, केलेला असतो. चपात्या केलेल्या असतात. पुर्या लाटून ठेवलेल्या असतात. ती गॅस पेटवते व पुर्या तळते.

तोपर्यंत तोही तयार होतो. परफ्युम मारतो. तीने टेबलावर छान कॅन्डल्स ठेवलेल्या असतात. तो ही येतो.

मानसी- "वेलकम सरर". "ए, तुझ्याकडे जुनी गाणी आहेत ना. ती लाव ना".

स्वप्नील - "हो..हो.. लावतो"..

एक पेन ड्राईव्ह काढतो ड्रॉवर मधून... ..

स्वप्नील- "मिक्स गाणी आहेत याच्यात, जुनी-नवी हीच लावतो."

मानसी- "चालेल...थोडी गाणी तुझ्या काळातली, थोडी माझ्या... . म्हातार्या"...

हसते खळखळून..

स्वप्नील- "गप्प..म्हातारा का? थांब तू"... .

ती जेवण टेबलावर एकेक करून आणत असते.

(तुम आ गये हो, नूर आ गया है- गाणं लागतं)

स्वप्नील- "वाव भेंडी, आतपर्यंत भेंडीचा सुवास दरवळत होता.(सगळं जेवण बघतो) आमरस, पुरी, भेंडी क्या बात है. याला म्हणतात मजानू लाइफ."

मानसी हसते.

स्वप्नील- (जेवताना)" खरं सांगू, आज घरी येऊन मस्त लवकर झोपायचा प्लॅन होता माझा".

ती डोळे मोठे करून बघते.

स्वप्नील- "अगं......पण हे सगळं बघून थकवाच गायब झाला माझा. मस्त आहे." (सगळं न्याहाळतो)

"चपात्या थोड्या (वातड म्हणायचं असतं खरं, पण...) मस्त आहेत. उद्या पासून मी घेऊन येत जाईल चपात्या म्हणजे तुझा वेळ वाचेल."

मानसी- " कळतायेत, तुझे सगळे टोमणे कळतायेत मला. तू पुरी खा आणि घेऊन ये उद्या पोळ्या आई येईपर्यंत"...

ते दोघे जेवण करतात. बॅकग्राउंड ला गाणे चालू असते.

(अजीब दास्ता है ये, कहा शुरू कहा खतम... etc) .

मग जेवण झाल्यावर दोघे कपल डान्स करतात.

(गाणे-धीरे धीरे से मेरे जिंदगी मे आना, धीरे धीरे से दिल को चुराना)

छान हलकं फुलकं रोमॅन्टिक वातावरण असतं. तो तिला उचलायचा प्रयत्न करतो. पण झेपणार नाही, जड आहेस असे आवभाव करतो.

(नन्हा मुन्हा राही हू, देश का सिपाही हू)

मानसी- " हे काय गाणं लागलं? ". "मी म्हातारा म्हणते, तर तो नन्हा मुन्हा राही हू, म्हणतोय"....

ती कसेबसे हसणं थांबवते.

स्वप्नील- "थांब गं, स्किप करतो. तुला बोललो ना मिक्स गाणी आहेत याच्यात"... . .

(आप की आंखो मे कुछ, महेके हुए से राज है..)

तिला डोळे मिटायला लावतो व चाक असलेली खुर्ची आणतो घरातली. त्यानंतर तिला खुर्चीत बसायला सांगतो. तो तिच्या हातात हार्ट बलून देतो व ढकलत तिला बेडरूम मध्ये घेऊन जातो. तिला त्याच्यातही मजा वाटते.

मानसी- " नॉट बॅड "... .

गाणी सुरू असतात...(तुम बीन जिया जाये कैसे, कैसे जिया जाये तुम बीन) .... .

बेडरूम मध्ये तिच्या हातात हात देतो. ती त्याच्या कडे बघतच असते. तो ही तिच्याकडे बघत असतो.

तिला खुर्चीतून उठवतो. अलगद तिच्या मोकळ्या केसांमधून हात फिरवतो. घरी येताना गजरा आणलेला असतो त्याने, तो तिच्या केसात माळतो.

(बाहो मे चले आ, हम से सनम क्या परदा...)

हळूच कानाजवळ जाऊन विचारतो.

स्वप्नील- "ए पिल्स घेतेस ना". (गर्भनिरोधक गोळ्या)

ती लाजते. तिचे हृदयाचे ठोके वाढलेले असतात.

मानसी- (लाजतच) " हो ".

तो तिला अजून जवळ ओढतो.

मानसी- "अरे ,काय करतोस. सोड मला". (चेहर्यावर गोड गुलाबी हसू असते तिच्या)

स्वप्नील- "चक्, म्महहह्"....

तो तिच्या आणखीन जवळ जाण्याचा प्रयत्न करतो.

"खूप छान दिसतेस".

तिच्या गालावरून हात फिरवतो, हनुवटीला धरून तिची मान वर करतो. तिच्या नजरेला नजर मिळवतो.

तो तिच्या ओठांजवळ ओठ नेतो, ती डोळे मिटते... . .

तेवढ्यात... .

"ए मेरे वतन के लोगो " हे गाणं लागतं व सगळे वातावरण बदलून जाते.

त्यालाही खूप ओशाळल्यासारखे होते.

स्वप्नील हळूच मानसी कडे बघतो, तिला खूप हसायला येते. मग तो ही खूप हसतो... . .

मानसी- "चला झोपा".

बेडरूम मधील दिवे बंद करतात.

एक-दोन दिवसांनी आई-आप्पा गावावरून येतात.....

सकाळी बेल वाजते...

मानसी- (आनंदात) "आई-आप्पा आलात तुम्ही! नमस्कार

करते.. कसा झाला प्रवास?"

आई- "हो बाई छान झाला प्रवास. आजकाल स्लीपर कोच

सुरू झाल्यामुळे तेवढा काही जाणवत नाही हो

प्रवास."

मानसी चहा-बिस्किटं घेऊन येते. आई-आप्पा हातपाय धुऊन येतात.

आई- "स्वप्नील गेला का?"

मानसी- "हो आई"...

आप्पा एक घोट घेतात चहाचा व "व्वा" असे म्हणतात.. मानसी हसते.

मानसी- "गावी सगळे कसे आहेत? भाउजी-निलिमा, काका-काकू"...

आई- "सगळे मजेत आहेत. याच्या आपल्या सतत टूर्स सुरू असतात म्हणून म्हटलं तो आहे इथे तोवर जाउन यावं"...

गावाकडच्या गावरान भाज्या, आई बॅगेतून काढतात आणि तिला देतात.. कोवळे गिलके, छोट्या छोट्या कोवळ्या भेंडी, जाड गावरान मिरच्या, गावठी पेरू...गावाकडची त्याला आवडणारी तिखट लसणी शेव.....अशा बर्याचशा गोष्टी आईंनी आणलेल्या असतात.

किती बारीक-सारीक गोष्टींचा विचार करतात आपले आई-वडील. आपले बालपण, आपल्या आठवणी वेळोवेळी ताज्या तवान्या ठेवण्याच काम ते अगदी चपखलपणे करतात.

त्या सामानाच '**ओझं**' कितीही असलं तरी आठवणी मात्र अलगद पणे तुमच्या पर्यंत पोहोचवतात.

मानसी- (भाज्या ठेवता ठेवता) "बरं झालं आई, तुम्ही

जाउन आलात, तेवढीच हवापालट.....आणि सगळ्यांची

भेटही झाली. बरं वाटलं असेल सगळ्यांना भेटून"....

आई-आप्पा-मानसी गप्पांमध्ये रंगतात..

तो रात्री घरी आल्यानंतर गप्पा मारत सगळे एकत्र जेवण करतात.

स्वप्रील- "व्वा आई, गरमागरम नरम पोळ्या. "आ हा हा....तू नसताना बाकी सगळे ठीक बनवायची ही....पण पोळ्या मात्र मी बाहेरुन आणायचो."

तो आणि बाबा हसतात. आई तिच्याकडे खूप कौतुकाने बघतात.

आईला संध्याकाळचे मानसीचे बोलणे आठवते.

आई आणि मानसी दोघी किचन मध्ये असतात....

आई- "आज भेंडीची भाजी करुयात, त्याला आवडते ना. आणि गावरान मिरचीचा ठेचा"...

मानसी- "हम्म", (थोडी अडखळते).

आई- "काय गं, काय झालं?"

मानसी- "आई....मला पोळ्या शिकायच्या आहेत".

आई- "पोळ्या?? पण तुला तर येतात!!".

मानसी- "हो म्हणजे तेव्हा तुम्ही पण असतात ना. पण,

आता समजले की चांगल्या नाही करता येत मला".

आई- "ठीक आहे".

(आई तिला कणिक मळण्यापासून ते लाटण्यापर्यंत सगळे नीट शिकवतात). आता आईला लक्षात येते की मानसी का पोळ्या शिकायच्या फंदात पडते.

आई- "आता नाही हं. आज मानसी ने केल्यात चपात्या".

स्वप्नील- "चपात्या नाही गं, पोळ्या"...

तो तिला चिडवतो व हसतो. ती तोंड वाकडं करते. (लटका राग) त्याला हळूच कट्टी अशी खूण करते. तो शांत होतो.

जेवण झाल्यावर आई त्याला केसांना तेल लावून मालिश करते.

आई- "स्वप्नील, तुझ्या साठी किती मन लावून शिकली मानसी पोळ्या". तू पण ना, लगेच नावं ठेवतोस. लागतो अरे वेळ....

शिकेल हळूहळू... समजलं का?"

स्वप्नील- "हो...आई, समजलं....आता परत नाही चिडवणार".

चांगली सासू जशी सूनेला योग्य मार्गदर्शन करून घडवत असते तशीच ती तिच्या मुलालाही प्रत्येक वेळी त्याच्या चुकाही लक्षात आणून देत असते. दोघांच्या संसाराची गाडी रूळावर आणणारं इंजिन असतं ते... .

बेडरूम मध्ये स्वप्नील मानसीला बघतो, ती पाठमोरी असते...

स्वप्नील- "ए, रागावलीस का?"

मानसी- "हो, थोडी"...(तिचे तोंड विरुद्ध दिशेला असते, ती हसत असते)

स्वप्नील- "सॉरी".

ती लगेच वळते त्याच्या कडे..

मानसी- "अरे नाही रे, मी गम्मत करत होते".

स्वप्नील- "रागावलीस तरी मनवणार थोडीच होतो मी".

मानसीला हसायला येते..

मानसी- "इगो (अहंकार) दुखावला असता ना"...(आणि खूप हसते.)

तो बेडवर बसून लॅपटॉप वर मेल्स चेक करत असतो.

ती गर्भनिरोधक गोळ्या घेते व विचारते.

मानसी- "ऐक ना!"

स्वप्नील- "हम्म"..(तिच्या कडे बघतो).. बोल"..

मानसी- "अजून किती दिवस ह्या गोळ्या घ्यायच्या?"

स्वप्नील- "का गं?"

मानसी- I am not comfortable taking it for long time. (मला जास्त दिवस नाही घ्याव्याशा वाटत ह्या गोळ्या..

स्वप्नील- hmmmm..but it's safe.(हे सेफ आहे).

मानसी- "Yes, it's safe (हो मला माहिती आहे सेफ आहे ते) ..पण नाही घेतल्या तर"...

स्वप्नील- (हाताने 'बाळ' होईल अशी खूण करतो.) "नाही घेतल्या तर"...

मानसी- "मग काय हरकत आहे. मला आवडेल",.. "ए, आणि तुला?" (एकदमच उत्साहाने)

स्वप्नील- "मलाही आवडेल पण अजून नको".

मानसी- "का?"

स्वप्नील- "का म्हणजे? मला अजून थोडा वेळ एकमेकांबरोबर घालवायचा आहे".

"आणि तसंही सध्या traveling (प्रवासात) मध्ये खूप वेळ जातो. टूर्स असतात माझ्या."

"मला ना.. खूप वेळ द्यायचा आहे तुम्हा सगळ्यांना".

म्हणून म्हणतो, आत्ता अजून नको. चालू आहे जॉब बघणं तसं, बघू..

"ए... पण तुला का हवयं?"

मानसी- (अति उत्साहाने) "मला ना आपल्या दोघांचे कॉम्बिनेशन बघायचे आहे."

I am very much excited to see best of both of us.

"किती छान असेल ना आपलं बाळ."

स्वप्नील- "हो छान असेल"....

" ए..पण मला सांग, " बेस्ट ऑफ मी " (स्वतः कडे बोट दाखवत) समजलं! "पण तुझ्यात काय बेस्ट आहे? "

मानसी- "ए काय रे". (त्याला लाडीक मारत) दिवे बंद करते.

"थांब दाखवतेच तुला काय बेस्ट आहे ते माझ्यात"....

एके दिवशी मिनल ओमला (साधारण 2.5 - 3 वर्षे वय) घेऊन (बॅगेत कपडे,खेळणे असतात ओमचे) आई-आप्पांकडे येते. मिनल म्हणजे स्वप्नील ची बहीण. डॉक्टर असते ती. तिथेच जवळपास राहात असते.

मिनल- "आई, आईईईऽऽ.... "

आई आणि मानसी किचन मध्ये असतात. आई बाहेर येते. मिनलला बघून खूप खुश होतात. ओम आजीकडे जातो. सोफ्यावर बसतात, आप्पा पण येतात.

आई- "ये बस".

मिनल- "आई-आप्पा, आता फुल टाइम क्लिनिक सुरू करायचे ठरवले आहे. आत्ता पर्यंत आम्ही आळीपाळीने सांभाळले क्लिनिक पण आता...

तेवढ्यात आई बोलतात,

आई- "काही हरकत नाही, मी आणि तुझे बाबा आहोत ना." (ओम आजीकडेच बसलेला असतो) आम्ही घेऊ काळजी बाळराजेंची"...

(आई-बाबा एक हक्काचे बॅक अप असतात.. नेहमीच तयार.... मुलांसाठी, नातवंडांसाठी..

आणि एका आईला नोकरी करताना ह्या अशा **निःस्वार्थ** बॅकअप ची किती गरज असते हे तिचे तिलाच माहिती, ते समाधान वेगळेच. खूप अनमोल असते ते तिच्यासाठी.

पण गृहीत न धरता वेळोवेळी त्यांना मोकळीक देणे, त्यांच्या प्रति कृतकृत्य होणेही अतिशय गरजेचे...पटतयं ना!!....)

मानसी, मिनलला पाणी देते.

मानसी सगळे ऐकते. ती स्मितहास्य करते.

मिनल- "आई येते गं. मी याला संध्याकाळी न्यायला येते." "बाय पिल्लू, नीट रहा हं. आजीला त्रास नाही द्यायचा".

मिनल मानसीकडे बघून हातानेच बाय करते.

आई- "हो हो ये. नीट जा गं"...

मानसी, ओम दोघेही खेळत असतात. रंगीत ठोकळे, वेगवेगळे खेळण्यातले प्राणी त्यांच्या सोबत गोष्टी सांगता सांगता त्याला खेळवता- खेळवता जेवू घालते, तीही जेवते.

मानसी (आईला बोलते)- "आई, तुम्ही आराम करा थोडावेळ. मी आहे याच्या सोबत".

आई- "ठीक आहे". (आई आराम करायला जातात).

मानसी, ओम आपडी-थापडी खेळतात. मग ती त्याला डाळिंबाचे दाणे एकेक करून तोंडात दाबून खाउ घालते. त्याला पण खूप मज्जा येते. मग त्याला झोपवते.

आई येतात मानसीच्या बेडरूम मध्ये.

आई- "अगं, झोपला पण"..

मानसी- "हो आई, आत्ताच झोपला. मी चहा टाकते".

आई- "हो, मी बसते इकडे".

मानसी किचनमध्ये जाते.

थोड्या वेळाने ओम उठतो. मग त्याला आजी दूध बिस्किटे देतात. बाबा त्याला घोडा-घोडा करतात.

त्याला खूप मज्जा येते. मिनल येते त्याला न्यायला.

मिनल- "ओम चलायच ना!"

ओम- "मम्मा, थांब ना थोडावेळ"..

मिनल- "ठीक आहे, ५ मिनिटं.. उद्या परत यायचं ना!!"

ते दोघे निघतात मग....मानसी त्याची बॅग देते आठवणीने.

असेच थोडे दिवस जातात. मिनल रोज सकाळी त्याला सोडते. सगळे मिळून त्याला खेळवतात, सांभाळतात. आजी गोष्ट सांगत भरवते, आप्पा फिरायला घेऊन जातात.

मानसी विशेष लक्ष देते. तो मानसीच्या खूप अंगावरचा होतो. हे असेच चालू राहते.

थोड्या दिवसांनी....

मानसी ओमला खेळवता-खेळवता जेवू घालत असते.

आई दोघांकडे कौतुकाने बघतात.

आई- "मानसी! तुझा पूर्ण वेळ घरातच जातो".

"तू पुढे शिकणार होतीस ना बाळा".

मानसी- "हो आई. पण आता मध्येच ॲडमिशन नाही मिळणार नं. पुढच्या वर्षी नक्की".

दोघिही हसतात, एकमेकींकडे बघून. आई पण होकारार्थी मान हलवतात.

संध्याकाळी स्वप्नील घरी येतो. आनंदात (हातात पेढे घेवून)

स्वप्नील- "आई, आईऽ, बाबा, बाबाऽ, मानसी, मानसीऽ".

आई, मानसी किचन मधून बाहेर येतात, बाबा बेडरूम मधून बाहेर येतात..

आई- "अरे, हो हो, काय झाले एवढे?"

स्वप्नील- "आई, मला नवीन नोकरी लागली. गम्मत म्हणजे 20 मिनिटे घरापासून आणि मला कंपनीकडून गाडीही मिळाली."

बाबा- "व्वा, व्वा, व्वा. छान..आज काही गोडाधोडाचे व्हायला हवं. काय म्हणता?"

आई- "हो नक्की. तुम्हाला तर निमित्तच हवं. काय म्हणता??"

(आज आई आप्पांची मस्करी करतात.)

तो आई- आप्पांचा आशिर्वाद घेतो. मानसीच्या हातात पेढ्यांचा बॉक्स देतो.

ती त्याच्याकडे बघून दोन्ही डोळे मिचकावते. "अभिनंदन" असे म्हणते.

ती पेढे देवापुढे ठेवते व सर्वांना देते.

सगळे खूप खुश असतात. आता मानसी पण बी. एड. ला ॲडमिशन घेते. तिचे कॉलेज चालू असते. तोही ऑफिस करून घरी वेळ देतो. निवांत टिव्ही, बातम्या बघून मग एकत्र जेवतात.

स्वप्नील सकाळी ऑफिस ला जाण्याआधी पायी चालायला जातो, कधी कधी जॉगिंग करतो. आता स्वतःला, कुटुंबाला खूप वेळ देता येतो. सुट्टीच्या दिवशी फिरायला जातात, मज्जा करतात.

स्वप्नील, मानसी बेडरूम मध्ये असतात.... ती पुस्तक वाचत असते. तो तिचे पुस्तक बाजूला ठेवतो. ती त्याच्याकडे बघून भुवया उंचावते. तो तिचा हात हातात धरतो.

स्वप्नील- "मानसी, आता तुझे कॉलेजही संपायला आले."

मानसी- " हम्मम, मग?"

स्वप्नील- "मग... . . तुझी काही हरकत नाही ना फॅमिली प्लॅनिंग साठी!! " गोळ्या बंद करू शकतेस आता "...

मानसी खूप आनंदाने त्याच्याकडे बघते, हसते, लाजते.

थोड्या दिवसांनी....

मिनल ओमला सोडायला येते. ती निघते. मानसी पळत जाते.

मानसी- "ताई, तुमच्याशी बोलायचे होते".

मिनल- "हो बोल ना, कशाबद्दल? "

मानसी- "ताई मला फॅमिली प्लॅनिंग बद्दल बोलायचे होते. क्लिनिक ला येवू का?"

मिनल- "हो क्लिनिकला या, आपण बोलू".

रिसेप्शनीस्ट बसलेली असते, ती दोघांना "वेलकम" करते. तो अडखळतो व मानसीला मध्ये जाण्याचा इशारा करतो. पहिले मानसी जाते.

मिनल काही फाइल्स बघत असते, मानेभोवती स्टेथो असतो. मानसी केबिन चे दार ठोठावते. "टक टक"

मानसी- "डॉ, आत येवू का?"

मिनल- "अरे आलात तुम्ही! (आजूबाजूला बघते) पण तू एकटीच? तो कुठे आहे?"

मानसी- "ताई तो बाहेर आहे, लाजतोयं"..(दबक्या आवाजात बोलते).

मिनल- (मुद्दाम मोठ्याने) "इंजेक्शन नाही देणार, जनरल कॉन्सिलींग आहे. ये आत".

दोघिही मिश्किलपणे हसतात. तो आत येतो. ते दोघे बसतात.

मिनल- "बोल मानसी, काय बोलायचे होते?"

मानसी- "ताई आम्ही दोन-तीन महिन्यांपासून फॅमिली प्लॅनिंग सुरू केले. पण अजून काहीच नाही. मला भीती वाटली म्हणून तुमच्याशी बोलायचे होते".

मिनल- (हसते) "भीती वाटली". (ओह) so first of all, nothing to worry and to be feel sorry. It's very normal.

(सगळ्यात पहिले घाबरायचे नाही आणि चिंता तर मुळीच नाही)

मेडीकली प्रत्येक महिन्यात फक्त 30% चान्सेस असतात, गर्भधारणेच्या. So it's very normal (खूप नॉर्मल आहे).

दोघेही relax होतात.

मिनल- "तुम्हा दोघांची मेडिकल हिस्ट्री बघता, you both are healthy (तुम्ही दोघेही सुद्रढ आहात). मानसी, तुझी मासिकपाळी नियमित आहे?"

मानसी- "हो साधारण २८-३० दिवस. "

मिनल- "Yes, that's very normal and he is healthy too." (हे तर खूप नॉर्मल आहे आणि तो सुद्धा सुद्रढ आहे)

(दोघांकडे बघून) "हे बघा, प्रत्येक मासिक पाळीचे 10-15 दिवस महत्त्वाचे. मानसी, anxiety (चिंता) नको. घाबरायचे नाही.

हे खूप नॉर्मल आहे. आणि त्यात ह्याच्या टूर्स पण असतात.

सो, हे खूप नॉर्मल आहे...हम्म्म्म..."अजून काही?"

मानसी- "नाही डॉक्टर".(With convincing smile, शंका निरसन झाल्याचे समाधान असते तिच्या चेहर्यावर)

मिनल आश्चर्याने बघते , दोघिही हसतात. मिनल ॲप्रन ची कॉलर टाईट करते. स्टेथो नीट करते.

मानसी- "निघतो आम्ही".

मिनल- "हो".....and be relaxed. All the best.(ऑल दि बेस्ट, शांत रहा)

मानसी मिश्किल पणे बघते.

मिनल रात्री तिच्या घरी जाते क्लिनिक संपल्यावर..

मिनल- "राकेश, मला उद्या सकाळी सिझर करून एका कॉन्फरन्स ला जायचे आहे".

ओम- "मम्मा, मला मामीकडे जायचे आहे".

मिनल ओमला जवळ घेते, लाडाने..

मिनल- "मामीकडे जायचे आहे, ठीक आहे...उद्या मामाला पण सुट्टी आहे. राकेश तू सोडशील प्लिज".

राकेश अंगठ्यानेच ओके करतो व म्हणतो.

राकेश- "हरकत नाही, मी सोडेल त्याला".

दुसऱ्या दिवशी बाहेर हॉर्न चा आवाज येतो. ओमला मामा खाली घ्यायला जातो.

ओम मामा बरोबर बॅट- बॉल खेळतो.

घरी सगळे एकत्र जेवतात, ओमला झोपवतात.

संध्याकाळी ओम, मामा, मामी बागेत जातात. त्याला दोघेही झोका, घसरगुंडी खेळवतात. मामा ओम बरोबर चढतो. मानसी घसरगुंडी समोर उभी राहते ओमला पकडायला.

जवळच जत्रा असते, तिथे आकाश पाळण्यात बसतात.

ओम घाबरेल असे वाटते पण उलट त्याला खूप मजा येते.

त्यानंतर मानसी डब्यात नेलेला पराठा- केचप लाउन ओमला खाऊ घालते. पाणी पाजते.

ते दोघे पाणीपुरी खातात नंतर आइस्क्रीम खातात. छान दिवस घालवतात.

घरी येऊन आनंदात झोपतात.

बरेच दिवस जातात. त्यांचे नैसर्गिक प्रयत्न चालू असतात बाळ होण्यासाठी.

ती कॅलेंडरवर खूण करते. प्रत्येक मासिक पाळीचे १०-१५ दिवस..स्वप्नील ऑफिसला निघत असतो.

मानसी- "बाय. लवकर यायचा प्रयत्न कर आज".

स्वप्नील- " हम्मम्म ".

ऑफिस मध्ये घड्याळात बघतो. ६.३० झालेले असतात. तो निघतो. सिग्नलवर गजरा विकत घेतो. रात्री तिला बॅगेतून गजरा काढून, केसात माळतो. तिला अलगद जवळ घेतो.

बेडरूम मधील वातावरण प्रसन्न ठेवतात.

ती कधी छान साडी नेसते, कधी एकत्र वाचन करतात. पुस्तक वाचता- वाचता हळूच चॉकलेट काढून तिच्या तोंडात टाकतो.

एकंदरीत मिळालेले क्षण एन्जॉय करतात. कारण अधे मधे टूर्स असायच्याच विरहासाठी.....

पण काहीही म्हणा, या टूर्स असल्यामुळे एकमेकांना तशी जबरदस्तीची स्पेस मिळते. एकमेकांबद्दलचे प्रेम अजून वाढते, बहरते त्याने. पण ती शनिवारी- रविवारी नको बाबा..

त्या दिवसांमध्ये मानसी रात्री कमरेखाली दोन उशा ठेवून तिरकस झोपलेली असते. अशा पद्धतीने झोपले की गर्भधारणेची शक्यता अजून वाढते. बर्याच ऐकलेल्या, वाचलेल्या गोष्टी ती करून बघते...असे बरेच दिवस जातात.

एकदा सकाळी प्रेग्नन्सी किटवर तपासणी करतात.

टेस्ट निगेटीव्ह येते.

मानसी खूप नाराज होते. तो तिला धीर देतो. थोड्यावेळाने मानसी मिनलला फोन करते.

मानसी- "ताई आता जवळजवळ एक वर्ष होत आलं. अजूनही काहीच नाही". (मानसी खूप नाराज असते, काळजीत असते).

मिनल- "हो..हो..मानसी, मी समजू शकते. तुम्ही या क्लिनिक मध्ये आपण बोलू".

परत दोघे क्लिनिक मध्ये जातात.

मिनल- "मानसी, हे बघ, वर बघता सगळे ठीक आहे. आपण ह्या वेळेस फॉलिक्युलर मॉनिटरींग करून घेवू. म्हणजेच सोनोग्राफी. पण ती ३-४ दिवस करावी लागेल. जेणेकरून आपण ओव्युलेशन टाइम काढू शकतो. सो ते करून घे मग बोलू."

सोनोग्राफी करायला जातात. तिथे गर्दी असते. नंबर लावतात. थोड्यावेळाने आत जातात. असे २-३ दिवस करतात. सोनोलॉजिस्ट ओव्युलेशन झालेले आहे असे सांगतो.

मिनल- (मिनल मानसीला फोन लावते) "मी सोनोलॉजिस्टशी बोलले. आज ओव्युलेशन झाले आहे. मग हे २४ तास खूप महत्त्वाचे आहेत".

मानसी- "हम्म्म्म"...(फोन ठेवते).

मानसी साईबाबांना प्रार्थना करते. काही दिवसांनी तोच दिनक्रम- ओव्युलेशन, सोनोग्राफी, रोबोटिक रात्री... ..

मिनल- (क्लिनिक मध्ये) " हे बघ मानसी तुझ्या सोनोग्राफी प्रमाणे सगळं ठीक आहे.

"स्वप्नीलचीही अगदी हेल्दी जीवनपद्धती आहे .म्हणजे नियमित व्यायाम, धुम्रपान करत नाही, ड्रिंक घेत नाही."

" पण तरीही शंका नको म्हणून त्याच्या ही टेस्ट्स करून घेवू आता. तो टूर वरून आला की टेस्ट्स करून घ्या मग बोलू."

टूर वरून आल्यावर (सिमेन टेस्टिंग लॅब मध्ये जातो) सॅम्पल देतो...दुसऱ्या दिवशी रिपोर्ट येतो.

मानसी, स्वप्नील क्लिनिक मध्ये जातात. दोघेही उदास असतात, नाराज असतात.

मिनल- "हे बघा, पहिले दोघेही नॉर्मल आणि शांत व्हा बघू".

मिनल पाण्याचा ग्लास पुढे करते.

मिनल- "पाणी?"

दोघेही मानेनेच नकार देतात.

मिनल- "हे बघ मानसी, तुझ्या फॉलिक्युलर स्टडीज, fallopian tubes म्हणजेच गर्भनलिका ओपन आहेत की नाही, ह्या सगळ्या टेस्ट्स झाल्यात आणि आज याचेही रिपोर्ट्स आलेत आणि सगळे रिपोर्ट्स अगदी नॉर्मल आहेत.

दोघेही एकमेकांकडे बघतात. (थोडं हायसं वाटतं पण गोंधळ ही असतो मनात)

स्वप्नील-मानसी (दोघेही एकत्र बोलतात)- "मग?".....

मिनल- "मग.....याला आमच्या मेडीकल टर्म मध्ये "**UNEXPLAINED INFERTILITY**" (अनएक्स्प्लेन्ड इनफर्टिलिटी) असे म्हणतात".

मानसी अजून गोंधळते- "Unexplail.....म्हणजे???

मिनल- "म्हणजे मेडिकली सगळे अगदी नॉर्मल असते. पण तरीही गर्भधारणा होत नाही, दिवस राहत नाही.

वेळ लागतो.. ..पण होईल...... (धीर देत)

मानसी- "पण असं कसं?"

मिनल- "मानसी शांत हो"...

"आता आपण तुझ्या पुढल्या मासिक पाळीला IUI (आय यु आय) करून घेवू.

(IUI- यांत वीर्य एका नळीद्वारे थेट गर्भाशयात टाकतात ओव्युलेशनच्या वेळी)

"पण त्यासाठी पहिले केल्या त्याप्रमाणे सोनोग्राफी करून घेवू. त्यानंतर तुला हॉर्मोन चे इंजेक्शन देईल, ज्याने ओव्युलेशनला मदत होते. आय यु आय केल्याने शक्यता काही पटींनी वाढतात."

दोघेही ऐकतात, मान डोलवतात.

घरी येतात. दोघेही हातपाय धुतात.

मानसी- " परत तेच सगळं......मला ना रोबोट असल्यासारखं वाटायला लागले आहे."

" ना भावना, ना प्रेम. ...फक्त दिलेली वेळ पाळायची.(तिच्या डोळयात पाणी येते).

स्वप्नील तिला समजावतो. "शांत हो. जेवायला उशीर होतो आहे. चल..."

"हम्म" असे मानसी करते व दोघे हॉलमध्ये जातात.

जेवताना दोघेही तणावात असतात. कशातच लक्ष नसते दोघांचे. आई-आप्पा दोघांकडेही बघतात. त्यांच्या लक्षात येते. आप्पा बोलायचा प्रयत्न करतात. आई त्यांना इशाऱ्यानेच थांबवते. जेवण करून सगळे सोफ्यावर बसतात. मानसी टेबल आवरत असते.

आई- "मानसी, इकडे ये".

मानसी- "हो आई, आलेच".

मानसी आईजवळ बसते. आई दोघांशीही बोलते.

आई- "बरेच दिवस झाले. तुम्हा दोघांनाही बघते आहे".

"किती टेंशन घेता बाळांनो!!".

बिनधास्त राहाणं, एकमेकांबरोबर चांगला वेळ घालवणं हाच खरा उपाय आहे. होईल, सगळे छान होईल".

मानसी होकारार्थी मान हलवते. मानसी आईच्या खांद्यावर डोकं ठेवते आणि तोही...

स्वप्नील व मानसी ला समजावून झाल्यावर आई ही काळजीत पडते. दुसऱ्या दिवशी सकाळी आई मंदिरात जाते. आईच्या हातात कापडी पिशवी असते. आई मंदिरात पिशवीतून पणती काढते व १०८ वाती लावते.

आई देवासमोर.. ...

आई- " देवा, तूच सुखकर्ता आणि तूच विघ्नहर्ता. मी फक्त एवढीच आराधना करते की माझ्या लेकरांचे मनोबल कमी होऊ देऊ नकोस. आमच्या प्रयत्नांना तुझ्या आशिर्वादाची जोड कायम राहू दे. त्यांच्या पाठीशी रहा देवा".

आई नमस्कार करून मंदिरातून बाहेर येते. चप्पल घालून निघते.

थोडं पुढे गेल्यावर रस्त्यात त्यांना जोशी काकू भेटतात.

जोशी काकू- "अहो स्वप्नील ची आई! कशा आहात?

आई- " मी छान, तुम्ही कशा आहात? "

जोशी काकू- (एकदम कणखर आवाजात) "मी पण एकदम ठणठणीत"...."अहो इथे कुठे?"

आई- "इथेच, मंदिरात गेले होते".

खरं म्हणजे आईंची बिलकुलच इच्छा नसते काही बोलायची. काळजीतच असतात त्या..

जोशी काकू- "अच्छा....खूप दिवसांनी भेटलात हो".

आई- "हो ना. आता मानसी ही जॉब करते आणि ओम ला ही सांभाळावे लागते, म्हणून नाही निघणं होत".

जोशी काकू- "तुमचं काय बाई, पाचही बोटे तुपात आहे".

"काहो....मानसी ला काही नाही अजून".

आईला थोडं अवघडल्यासारखे वाटते.

जोशी काकू- "काय बाई ही आज कालची मुलं, आत्ता नको मुलबाळ बघू नंतर"... ..

"मग.....हा असा वेळ लागतो"...

" स्त्री चे स्त्रीपण '**आई**' झाल्याशिवाय पूर्णच होत नाही ".

"पण तुम्ही काळजी नका करू, तो आहे ना बसलेला...

(आकाशाकडे बोट दाखवत).... चला येते मी"..

आई- (खिन्न पणे) "हो"...

आणि तिथून निघतात.

मानसी झाडांना पाणी घालत असते. फोनची बेल वाजते. मानसीच्या आईचा फोन असतो.

मानसी- (चेहर्यावर स्मितहास्य) "हां बोल आई. कशी आहेस?"

आई- "मी मजेत गं, पण तू कशी आहेस? तब्बेत कशी आहे?"

मानसी- "आई मी बरी आहे".

आई- "हो..पण नोकरी, घर. .एवढी दगदग नको करुस. काळजी वाटते गं?"

मानसी- "हो आईईईऽऽ. तू नको काळजी करूस".

"बरं मला सांग! काल मी फोन केला होता. तू नव्हतीस का घरी?"

आई- "अगं पाटील काकूंकडे गेली होती. त्यांनी साईबाबांचे व्रत केले होते. संकल्प पूर्ण होतो म्हणे व्रत केले की! त्याचीच सांगता(उद्यापन) होती म्हणून बोलावले होते. त्या व्रताचे पुस्तकही दिले".

मानसी- "अच्छा, बाकी? बाबा कसे आहेत?"

आई- "बाबा बरे आहेत. ते ही सारखी आठवण काढतात तुझी. बाळा बरेच दिवस झाले भेट नाही. 2-3 दिवस ये इथे म्हणजे बरे वाटेल".

मानसी- "हो आई, येईल मी नक्की. ठेवते आता. काळजी घे".

आई- "हो, तू सुद्धा"..

मानसी आईकडे जाऊन येते. आई तिला साईबाबा व्रताबद्दल सांगते. मानसी ची ही खूप श्रद्धा असते साईबाबांवर...

"**श्रद्धा** " आणि "**सबुरी**" या दोन वचनांवर तिचा पूर्ण विश्वास असतो.

मानसी साईबाबा व्रत करायला सुरुवात करते.

पहिली IUI (आय यु आय) टेस्ट होते.

दुसऱ्या दिवशी संध्याकाळी..

स्वप्नील ऑफिस मधून घरी येतो. (स्वप्नीलच्या हातात बॅग असते, दमलेला असतो. ..बॅग ठेवतो व सोफ्यावर बसतो. मानसी पाणी आणते.) तो पाणी पितांना....

स्वप्नील- "आई, मानसी....मला पुढील आठवड्यात टर्की ला जायचे आहे ८ दिवसांसाठी.

मानसी- "ठीक आहे, मी सगळी तयारी करून ठेवते."

तो जाणार त्याच्या दोन दिवस आधी मानसी बॅग भरायला घेते. आतले कपडे, इस्त्री केलेले कपडे, सुट, टाय, थंडी चे कपडे, शेव-मुरमुर्यांचा चिवडा, तिळाचे लाडू, भाकरवडी आणि बरंच काही...

स्वप्नील- "अगं एवढ्या खाण्याच्या गोष्टी.. तिथे एवढा वेळ नाही मिळत.."

मानसी- "असू देत चवीसाठी..सगळं थोडं थोडंच आहे".

चार्जर, काही औषधं, सगळ्या महत्त्वाच्या गोष्टी आठवणीने ठेवते. प्रवासासाठी केलेली छोटीशी कीट...ज्यात ब्रश, छोटी पेस्ट, दाढीचे सामान, बॉडी लोशन, व्हॅसलीनची छोटी डबी, आणि हो छोटी तेलाची बाटली (भारतीयांचे विशेष प्रेम असते या तेलावर....एकदा तर चक्क एकाने विचारले स्वप्नीलला, की कसे काय तुम्ही केसांना पचपचीत तेल लावून एकमेकांजवळ झोपतात..म्हणजे या तेलाबद्दल त्याला कुठूनतरी समजलेले असावे व त्याने काहीतरी भयंकर कल्पना केलेली असते.. असो....)...

तो निघतो सकाळी. निघताना..

स्वप्नील- "मानसी, जास्त दगदग करू नकोस. काळजी घे स्वतःची"....काही औषध असतील तर घे नीट ".

मानसी- " हो, तू ही काळजी घे स्वतःची "

आई- आप्पांना नमस्कार करतो.सगळ्यांना बाय करतो.

मानसी चा जॉब सुरू असतो. व्रत सुरू असते, त्याच्या टूर्स सुरू असतात. तो टूर वर असताना वेळ ठरवून अधे-मधे सायबर कॅफेत जाऊन ती त्याच्याशी चॅटिंग करते 'याहू'वर.....एखादवेळेस तो फोन करतो. आई-आप्पांशी बोलतो.

इंटरनॅशनल कॉल प्रत्येक वेळी करायला नाही परवडत..

जवळजवळ 2010 पर्यंत याहू, सायबर कॅफे, ऑर्कुट, एफ. एम., कॅमेरा असलेला फोन ही सगळी पर्वणी वाटायची..... निदान आमच्या सारख्या मध्यमवर्गीयांसाठी तरी...

पहिले IUI (आय यु आय) फेल झालेले असते. आता दुसर्यांदा करायचे असते.

सोनोग्राफी करून ओव्युलेशन नुसार मग इंजेक्शन, असे सगळे परत करतात.

मानसी- (फोन करते स्वप्नीलला) "लक्षात आहे ना?"

स्वप्नील- "हो.. हो. निघतो".

तो ऑफिस मधली महत्त्वाची मिटिंग सोडून सिमेन सॅम्पल द्यायला येतो.

स्वप्नील- (स्वतःशीच) " महत्त्वाची मिटिंग होती यार ...आणि मी इथे... एवढ्या तणावामध्ये कसे काय होईल"....

(your numbers are not meeting, tell me your strategy, {हवा तसा बिझनेस नाही झाला आहे}

कैसे करेगा....असे बॉस चे बोलणे त्याला आठवते.)

"Come on swapnil you can do it"..

स्वप्नील चा फोन वाजतो. बॉस चा असतो..तो फोन कट करतो आणि 'कॉल यू लेटर' असे पाठवतो. तो सॅम्पल देतो आणि निघतो.

IUI (आय यु आय) होते. स्वप्नील घाईत असल्याने लांबूनच तिला हात दाखवतो, निघतो म्हणून..

20 मिनिटे तिथेच पडते ती व नंतर घरी जाते.

आशा वाढतात.

एकदा रात्री मानसी बेडरूम च्या खिडकीतून बाहेर बघत असते, खिन्न नजरेने. स्वप्नील पण येतो.

स्वप्नील- "काही त्रास होतो आहे का?"

मानसी- "नाही".(तिच्याच विचारात असते).

स्वप्नील- "काही जाणवते?"

मानसी- "नाही, मला तर भीती वाटतेय".

स्वप्नील- " बी पॉझिटिव्ह ".

मानसी- "हम्म्...(मान डोलवते)......ऐक ना......

"मी कम्पॅटिबल नाही आहे का तुला!". "आपल्याला बाळ होईल ना? तू सोडणार नाहीस ना मला? "

स्वप्नील- "अगं वेडी आहेस का? काही पण काय बोलतेस? किती विचार करतेस...ये इकडे".

मानसी त्याच्या खांद्यावर डोके ठेवते.(तिच्या डोळ्यातून पाणी येते).

महिन्याच्या शेवटी परत चेक करतात. टेस्ट निगेटिव्ह येते. दोघेही हताश होतात.

ती साईबाबांचे व्रत पूर्ण करते. त्याचे उद्यापन करते. खिचडी, पिठलं, भाकरी असा प्रसाद करते. मंदिरा बाहेर प्रसाद वाटते. मानसी साईबाबांना प्रार्थना करते.

मानसी- (मंदिरात साईबाबांना) "बाबा, तुम्हाला तर माहितीच आहे मी काय संकल्प केला आहे. पण आता धीर नाही धरवत".

"कदाचित मी माझ्या आवडीचा एखादा पदार्थ त्याग केला तरच मला दुसरी आवडीची गोष्ट मिळेल. आजपासून मी भाताचा त्याग करते". असा संकल्प करून घरी जाते.

दुसर्या दिवशी..

मिनल काहीतरी विचारात असते. तेवढ्यात मानसीचा फोन येतो.

मिनल- "बोल गं".

मानसी- "ताई, आता पुढे काय करायचं. म्हणजे परत IUI (आय यु आय) कधी?

मिनल- "मानसी, हे बघ. पहिलेच 3 IUI (आय यु आय) सायकल्स करून झाल्यात. आता काही महिने ट्रिटमेंट मध्ये गॅप घ्यायला पाहिजे. ठीक आहे! बी रिलॅक्स."

"स्वप्नील आहे का गं?"

मानसी- "हो ताई, आहे".

स्वप्नीलला आवाज देते मानसी. "स्वप्नील फोन घे".

ती त्याला फोन देते व निघून जाते.

स्वप्नील कोणाचा फोन आहे ते बघतो.

स्वप्नील- "हा बोल ताई".

मिनल- " ऐक..तिच्या काही ब्लड टेस्ट्स करून घेऊ.. गरज वाटली तर लॅप्रोस्कोपी करावी लागेल म्हणजेच गर्भाशय चाचणी"....

स्वप्नील- "ऑपरेशन?"

मिनल- " मोठं ऑपरेशन नाही म्हणता येणार अगदीच.. छोटीशी प्रोसिजर आहे, दुर्बिणीद्वारे करतात."

"म्हणजे गर्भाशयाची आतून सखोल चाचणी"..

" मानसीला मुद्दामच नाही सांगितले आता, तू सांग तिला ".

स्वप्नील- " हो मी सांगेन "...

मिनल- " आणि हो...स्वप्नील....आता आपण ट्रिटमेंट मध्ये गॅप घेतो आहे.

"म्हणजे....(थोडी अडखळत) आता तुम्हाला दुसऱ्या डॉक्टरांना (second opinion) दाखवायचे असेल तर दाखवू शकता"....

स्वप्नील- "मला नाही वाटत त्याची गरज ताई".

मिनल- "आणि 'मानसी'?"

स्वप्नील मानसी गेली त्या दिशेला बघतो.

स्वप्नील- "नाही.....मानसीला आता डॉक्टरांची नाही....प्रेमाची, धीर देण्याची गरज आहे. मी बघतो..."

सगळे जेवायला बसतात.

बाबा- "वाह, वाह..गरमागरम वरणभात त्यावर तुपाची धार".

आई- "मानसी चा आवडता आहे वरणभात, घे मानसी."

आई तिच्या कडे वरण भाताचे पातेले सरकवतात. तिच्या ताटात भाजी-पोळी, सॅलड असते.

मानसी- "आई, नको...मी नाही खाणार वरणभात".

आई- "का? पण तुला तर खूप आवडतो ना".

मानसी- "हो आई, म्हणूनच मी नाही खाणार. मी भात सोडला. (मन भरून येते तिचे) मी माझी आवडती गोष्ट नाही खाणार".

स्वप्नील, बाबा ही आश्चर्याने बघतात.

आई- "अगं काय हा वेडेपणा".

मानसीला रडायला येते. आई तिला शांत करतात. मानसीला जे जे शक्य होईल ते ते सगळे करायचे असते.

काही दिवसांनी..

रक्त चाचण्या केल्यानंतर लॅप्रोस्कोपी सर्जरी करतात.

गर्भाशयाच्या आतील परीक्षण करण्यासाठी ते करतात.. पण त्यातही सगळं काही नीट असतं.

कधी कधी "सगळं छान आहे" असे धीराचे शब्द एखाद्या व्यक्तीला खूप मानसिक बळ देऊन जाते..

पण मानसी साठी " सगळं व्यवस्थित आहे " हे वाक्य सध्या फार त्रासदायक ठरते...

काही दिवसांनी....

स्वप्नील ऑफिस मध्ये असतो. त्याला फोन करून त्याचे बॉस बोलवतात.

स्वप्नील- " मे आय कम इन सर"..

बॉस फोन वर बोलत असतात. ते त्याला इशाऱ्यानेच मध्ये येण्याची परवानगी देतात व बसायला सांगतात. स्वप्नील बसतो.

त्यांचे फोन वर बोलून झाल्यावर ते स्वप्नील शी बोलतात.....

बॉस- "स्वप्नील, आम्ही विचार करतो आहे की टर्की मध्ये आपला बिझिनेस वाढवावा आणि म्हणून त्याच्या साठी तिथे रिजनल ऑफिस सुरू करायचा प्लॅन आहे." (तो ऐकत असतो)

"आणि मला असे वाटते की तू योग्य व्यक्ती आहे त्या पदासाठी. तुला ते मार्केट खूप चांगले माहिती आहे."

स्वप्नील- "थँक्यु सर.... पण म्हणजे...मला तिथे..म्हणजे टर्कीला शिफ्ट व्हावे लागणार!!."

बॉस- "हो. आमच्या योजनेनुसार ३-४ वर्षांसाठी.

"एकदा का तिथला बिझनेस वाढला की मग आपण एक लोकल माणूस नेमू शकतो, जो तुला रिपोर्ट करेल."

"कर विचार आणि कळव मला."

स्वप्नील विचारात गुंततो. काय करायचे त्याला समजत नाही. काय निर्णय घ्यायचा काहीच कळत नाही.

2-3 दिवसांनी...

इथे घरी हॉल मध्ये फोन वाजतो. आई फोन उचलते.

आई- "हॅलो".

फोन मधून आवाज येतो, "ताई मी बोलतो आहे...दिवाकर".

आई- "दादा बोल काय म्हणतोस?"

मामा- "आम्ही उद्या येतो आहे मुंबईला काही कामानिमित्त. येईल भेटायला."

आई- (आनंदाने) "हो हो, ये. नक्की".

तिथे ऑफिस मध्ये बॉस स्वप्नीलला सांगतो..

बॉस- "स्वप्नील तुला पुढच्या आठवड्यात टर्की ला जावे लागेल. तिथे नवीन बिझनेस, नवीन ऑफिस उघडण्यासाठी काय प्रक्रिया आहे ते समजून घ्यावे लागेल".

"सो, तू आपल्या फायनान्स हेड बरोबर जाऊन ये"..

"अरे, हो...तू बोललास घरी?"

स्वप्नील- "हो सर, चालू आहे".

घरी मामा-मामी येतात.

ते जेवण करुन हात धुवून रूमालाला हात पुसतात.

मानसी बडीशोप देते. "मानसी जेवण छान झाले हं" असे म्हणून हातात शोप घेतात मामा आणि सोफ्यावर बसतात.

मामा- "ताई कसं चाललंय सगळं. स्वप्नील काय म्हणतो?"

गप्पा करता करता आई त्यांना मानसी बद्दल बोलते.

आई- "बाकी सगळं उत्तम दादा, आता फक्त पदरात बाळ गोपाळ आले, की, मग झालं सगळं"....

"मानसी खूपच अस्वस्थ झाली आहे. आता तर तिने आवडत्या गोष्टीही वर्ज्य केल्या आहेत. हसती खेळती पोर आता सुन्न झाली आहे."

मामी- "ताई नका काळजी करू, होईल सगळे नीट".

मामा- "ताई एक सांगू....खूप दिवसापासून सांगायचे होते. आपल्या गावाकडच्या देवीला किती लोक नवस मागतात आणि ते पूर्ण ही होतात. "

आई- "हो दादा, पण तुला माहिती आहे ना, आमच्या घरचे फार विश्वास नाही ठेवत हया सगळ्यावर. माझ्याही मनात होते पण 'नकार' नको म्हणून बोलले नाही."

मामी- "पण काही पथ्य पाळावे लागतील."

मानसी ऐकतंच असते. मामा-मामी बोलत असताना ती हॉलमध्ये येते आणि मध्येच बोलते.

मानसी- "मामा मी तयार आहे. मी सगळे पथ्य- पाणी करायला तयार आहे.

आईईऽ"....... (आईकडे बघते, आई तिला डोळ्यांनीच होकार देतात.)

इथे स्वप्नीलला टर्की ऑफिस बद्दल घरी सांगायचे असते. तो विचारात असतो. रात्री जेवणानंतर तो बेडरूम मध्ये.

(मानसी लेक्चर च्या नोट्स काढत असते).

स्वप्नील विचारात असतो, (स्वतःशीच बोलतो). "पहिले मानसीला सांगतो". "आता सांगू की सकाळी".

"नाही नको आत्ताच सांगतो."

स्वप्नील- "मानसी...कामात आहेस का?"

मानसी- "हो, लेक्चर च्या नोट्स काढते आहे".

स्वप्नील- "मानसी तुला आठवते. मी मागे टर्की ला गेलो होतो".

आमची कंपनी तिथे रिजनल ऑफिस सुरू करणार आहे आणि तिथला इनचार्ज म्हणून मला निवडले आहे".

मानसी- " ओके.. मग??"

स्वप्नील- (मनात, 'नुसते ओके?' काहीच एक्साइटमेंट नाही हिला)

"मग काय? आपण जायचे टर्की ला".

ती हातातलं काम थांबवते व त्याच्याकडे मान वळवते.

मानसी- "तू काय बोलतोस?"

तुला माहिती आहे, की सध्या परिस्थिती काय आहे. आपली ट्रिटमेंट चालू आहे. कसं शक्य आहे?"

स्वप्नील- "हे बघ मानसी, मला सगळं कळतं आहे, मी खूप विचार केला, सगळ्या बाजूंनी. आणि आता असंही ट्रिटमेंट मध्ये ब्रेक घ्यायला सांगितला आहे.

कदाचित आपल्यालाही चेंज मिळेल. आता रिलॅक्स होण्याची खूप गरज आहे. तिथे गेल्यावर माझे थोडे टूर्स ही कमी होतील.

It's good opportunity. Turkey is nice place, safe to live. (चांगली संधी आहे. टर्की सेफ आणि छान आहे.)

मानसी- "आणि आई-आप्पा.........आई-आप्पांचे काय?"

स्वप्नील- "हो..आई-आप्पांनाही घेऊन जाऊ. मी तसं सविस्तर बोलतो. आई-आप्पांशीही आणि ऑफिस मध्येही. तू ही विचार कर".

मानसी- "ठीक आहे."

सकाळी नाश्ता करतांना.....

आई- "अरे स्वप्नील, मामा- मामी आले होते."

स्वप्नील- "अरे वा.. कसे आहेत ते? थांबले नाही?"

आई- "ते मजेत. काही कामानिमित्त आले होते म्हणून थांबले नाही." (आई अडखळते.....).

"मामा आपल्या देवीला नवस करण्याबद्दल"....(सांगत होता).

आईचे वाक्य पूर्ण होत नाही तोच मध्येच स्वप्नील बोलतो.

स्वप्नील- "आई-आप्पा मलाही तुम्हाला काही सांगायचे आहे."

"आई- आप्पा मी मागे टर्की ला गेलो होतो. आमची कंपनी तिथे ऑफिस ओपन करायचा प्लॅन करते आहे आणि मला तिथे पाठवायचे प्रपोजल त्यांनी ठेवले आहे."

ऐकून आप्पांना आनंद होतो.

आप्पा- "अरे वा... किती दिवसांसाठी?"

स्वप्नील- "आप्पा...(थोडसं थांबतो) कदाचित 3-4 वर्षांसाठी. तसं अजून नक्की नाही".

आई- "पण....(आईला रडायला येते- भरून येते).

आईच्या डोळ्यातली काळजी त्याला समजते.

स्वप्नील- "आई, आपण सगळे जाणार आहोत. जसे इथे सोबत असतो. तसं झालयं माझं बोलणं. आणि दर दोन-तीन महिन्यांनी मला मुंबईला मिटिंगसाठी यायला मिळेल. बरं तू काही तरी सांगत होतीस.

आई- "अरे हो, (डोळे पुसत) मामा देवीला नवस करण्याबाबत सांगत होता."

स्वप्नील- "ठीक आहे, बघू".

रात्री आई तिच्या खोलीत बिछान्यावर बसलेली असते. आप्पा खोलीत येतात पाणी घेऊन. आईकडे बघून...

आप्पा- "प्रभा झोपायचे नाही का?"

आई- "हो". (आप्पांच्या हातात पाणी बघून.) "विसरले मी"...(असे म्हणून पायावर पांघरूण घेते.)

आप्पा- (आप्पा इशाऱ्यानेच काही हरकत नाही असे सांगतात) " तोच विचार करतेस अजून"....

आईला रडायला येते. आप्पा समजावतात.

आप्पा- "शांत हो आधी".

"अगं 2-3 वर्ष सहज निघून जातील. त्याच्या करीयर साठी ही फायद्याचे होईल ते.....आणि मुळात म्हणजे दोघांना एकमेकांबरोबर वेळ मिळेल. चेंज मिळेल."

"आपण जाऊ शकतो, तो येत राहील. मग हरकत कुठे?"

"हे बघ, आपला माणूस मनाने जवळ असला ना..की अंतराने फार काही फरक पडत नाही."

आईला आप्पांचे म्हणणे पटते व आई सहमत होते.

दुसर्या दिवशी जेवताना.....

आई- "बाळा काय ठरवले, टर्की ला जायचे. आमची, म्हणजे तुझ्या आप्पांची आणि माझी काहीच हरकत नाही."

त्याला आनंद होतो.

स्वप्नील- " थँक्यु आई.. मी अजून होकार दिला नव्हता. पण आता कळेलच ते प्रोसेस सुरू झाल्यावर. त्यासाठी मला पुन्हा एकदा टर्की ला जावे लागेल.

आई- "ठीक आहे मग जाण्याअगोदर एकदा गावी जाऊन येवू. देवीला नवसही करू."

स्वप्नील- "आई देवीला नवस!!,

"त्याचे पथ्य वगैरे असते ना..(थोडसं विचार करून) हे सगळं टर्की ला गेल्यावर पूर्ण नाही होऊ शकत."

आई- "अरे पण"...

तेवढ्यात मानसी बोलते- "मी करेल मॅनेज".

स्वप्रिलला थोडे इरिटेट होते. (थोडं चिडून)

स्वप्नील- "कसं करशील मानसी? आधीच भात सोडलास... त्यात मग आणखिन 2-3 पदार्थ. मग खाशील काय? आणि नाही तिथे सगळ्या गोष्टी मिळाल्या तर".......

मानसी- "मी करेल, मला पूर्ण विश्वास आहे. टर्कीला जाण्याची गोष्ट मान्य केली ना, मग माझाही हा हट्टच समज.., प्लीज"...

स्वप्नील- "ठीक आहे."

सगळे (आई-आप्पा, स्वप्नील, मानसी) नवस करण्यासाठी गावी जातात.

मंदिरात सगळे जण जातात. नीलिमा, आकाश भाऊजी, काका-काकू सगळे देवीला साकडं घालतात. खणा-नारळाची ओटी चढवतात. मानसीच्या ओटी मध्ये पुजारी नारळ टाकतात. मानसी देवीला मनापासून प्रार्थना करते. फूल तिच्या ओटीत पडते. सगळे जण आरती करतात. प्रसाद खातात व घरी परततात.

नंतर गावी काका-काकूनां भेटतात. मुंबईला परत येतात. टर्कीला जाण्याच्या सगळ्या फॉर्म्यालिटिज पूर्ण होतात. व्हिसा मिळतो. तीही कॉलेज मध्ये तेवढ्यात राजीनामा देते.

तो तिला 'लर्न टर्कीश' असे पुस्तक आणून देतो. जाण्याचा दिवस उजाडतो. पॅकिंग झालेली असते. आई मानसीच्या हातात गणपती बाप्पा व बाळकृष्ण देतात.

आई- "हे घे, नीट ठेव". सांभाळा स्वत:ला, काळजी घ्या एकमेकांची".

मानसी, स्वप्नील, आई- आप्पांना नमस्कार करतात.

मानसीचे आई- वडील, दोन बहिणी ही भेटायला आलेले असतात. आईने मानसीच्या आवडीची खीर आणलेली असते. सगळे एकत्र जेवतात. ओम, मिनल, राकेश ही असतात.

सगळंच वातावरण भाऊक झालेले असते. सगळ्यांना भेटतात. सगळं सोडून जाणे खूप जड जाते. तिला खूपच भरून येते.

मुंबई वरुन विमान निघते व ते दोघे इस्तांबूल ला पोहोचतात.

एका सुंदर लॅविश, फर्निश्ड अपार्टमेंट मध्ये स्वप्नीलने घर भाड्याने घेतलेले असते. मानसी सगळं घर बघते. खूप खुश होते..

मानसी- "वाव, खूपच सुंदर".....

स्वप्नील- " वेलकम मॅडम ".

ते सामान लावतात..किचन मध्ये (भारतीय पदार्थ जसे की दाळी, मसाले, मॅगी, बेसन, स्नॅक्स, साबुदाणा)

कपाटात कपडे रचून ठेवतात. (स्वप्नील सामान लावताना "ये तेरा घर ये मेरा घर गाणे" गुणगुणत असतो).

ती आंघोळ करून देव ठेवते. दिवा लावते. (सासू बाई तिला गणपती, बाळकृष्ण देतात ते आठवते).

स्वप्नील- "आराम करू थोडावेळ, फ्रेश वाटेल थोडं. मग मस्त बाहेर जेवायला जाऊ."

मानसी- "मॅगी करू आता."

स्वप्नील- "हो चालेल की"....

खूप चवीने मॅगी खातात.

मानसी- (मॅगी खाताना) "हम्ममम्ममम, भारताच्या बाहेर आल्यावर मॅगी ची चव आणखीनच वाढते वाटतं."

स्वप्नील- (हसतो) "विमानात काहीच खाल्लं नाहीस ना, म्हणून"...

मानसी- "कसलं बेचव जेवण"...

स्वप्नील- " वेलकम टू टर्की मॅडम... असचं असतं इथे"...

तेवढ्यात फोन वाजतो.

स्वप्नील- "येस सेलीन".

सेलीन- " वेलकम टू टर्की मिस्टर स्वप्नील ".(टर्की मध्ये तुमचे स्वागत आहे मि. स्वप्नील)

स्वप्नील- "थँक्यु, थँक्यु ".

सेलीन- "सो वी आर मीटिंग टूडे राइट? "(आपण आज भेटतो आहोत, बरोबर?)

स्वप्नील- " येस".

सेलीन- " सी यू इन दि इविनिंग. "हे, प्लिज कॅरी लाइट जॅकेट्स विथ यू, इट विल बी लिटल कोल्ड ॲन्ड विन्डी टुडे."

(भेटू संध्याकाळी, आणि हो स्वेटर घालायला विसरू नका.. आज वातावरण थंड आणि वारा ही असेल).

हवामानाचा अंदाज एकदम अचूक असायचा.

संध्याकाळी पाऊस पडणार असा अंदाज असला आणि दिवसभर स्वच्छ वातावरण, ऊन असले तरीही बरोबर कसे काय, त्या ठरलेल्या वेळी पाऊस पडायचाच आणि या अचूक अंदाजामुळे बर्यापैकी गोष्टी आगाऊ आखता यायच्या...

थोडा आराम करतात. संध्याकाळी मानसी, स्वप्नील दोघेही तयार होतात. ती सुंदर ड्रेस घालते. बाहेर सेलीन त्यांना न्यायला येते.

स्वप्नील- "हॅलो सेलीन, (गालाला गाल लावतात एकमेकांच्या) हाऊ आर यू? मीट माय वाईफ मानसी" (कशी आहेस? ही माझी बायको, मानसी.)

सेलीन- "ओह, हाय मानसी.(गालाला गाल लावतात) हाऊ आर यू?" (हाय मानसी, कशी आहेस?)

मानसी- "बेन इयिइम" (टर्कीश भाषेत- अर्थ "मी छान-मजेत".)

सेलीन- " ओह यू लर्न्ट टर्कीश. आय ॲम इम्प्रेस्ड." (वाह तू टर्कीश शिकलीस, आवडलं मला)

मानसी- "याह सम बेसिक वर्ड्स". (थोडे फार)

सेलीन अंगठा दाखवून तिला छान असे म्हणते.

सेलीनला खूप आनंद होतो स्वप्नील-मानसीला भेटून..

अरे हो, राहीलचं की, सेलीन म्हणजे स्वप्नीलची मॅनेजर जी त्याच्या बरोबर काम करणार आहे टर्की ऑफिस मध्ये.

सेलीन- " सो, लेट्स गो".(चला, निघूयात)

ती त्यांना सी साइड (Sea-side) रेस्टॉरंट मध्ये घेऊन जाते,

जेवण मागवतात. सुंदर सजवलेल्या टर्कीश डिशेस नी टेबल भरलेला असतो.

बर्याच प्रकारचे स्टार्टर्र्स. म्हणजे टोमॅटो प्युरीतील बीन्स विथ चिकन, दह्यामध्ये मध्ये शिजवलेली वांगी (भरता सारखे काहीतरी), ऑलिव्ह ऑईल मध्ये बनवलेली छोलेची पेस्ट, तिथल्या पालेभाज्या, ग्रिल्ड चिकन, सॅलड, ब्रेड्स.. असं बरंच काही.. कमी मीठ आणि तिखट विरहीत..

मानसीने नवस केलेला असतो म्हणून ती 'नॉन व्हेज' नाही खाऊ शकत. तिची अडचण त्याला समजते.

स्वप्नील- "सेलीन, मानसी इज व्हेजिटेरियन. (मानसी शाकाहारी आहे)

सेलीन- " ओह वेगान"...(वेगन आहे का?)

स्वप्नील-- "नो नॉट वेगान, व्हेजिटेरियन, (वेगन नाही व्हेजिटेरियन आहे). "मिन्स, शी कॅन इट डेअरी प्रॉडक्ट्स" (ती दूध व दुधाचे पदार्थ खाऊ शकते).

सेलीन- "ओह, ओके" (अच्छा, समजलं)

वेगन फूड म्हणजे फक्त झाडांपासून मिळालेले अन्न.

भाज्या, फळे, सुकामेवा... दूध, दही, पनीर जे जनावरांपासून मिळतं ते वेगन डाएट मध्ये वर्ज्य आहे.

स्वप्नील- "व्हॉट ऑप्शन्स आर देअर ". (कोणते ऑप्शन्स आहेत तिच्या साठी)

सेलीन- (अगोदर जे पदार्थ मागवलेले असतात, त्यातले काही पदार्थ ती सांगते, बीन्स खाऊ शकते, असे सांगते) ,

"वुड यू लाइक टू हॅव सम सूप मानसी"? (तुला सूप आवडेल का?)

मानसी- "येस प्लीज".(हो, नक्कीच)

सेलीन टर्कीश मध्ये सूप ची ऑर्डर देते. स्वप्नील मानसी कडे बघतो आणि इशाऱ्यानेच 'पाहिलसं' काय होतं ते.. मानसी होकारार्थी मान हलवते. मानसी सुप आणि ब्रेड खाते.

सेलीन- "स्वप्नील, इफ यू डोन्ट हॅव एनी प्लॅन, शाल आय टेक यू ऑन इस्तांबूल टूर टूमारो." (तुमचा उद्या काही प्लॅन नसेल तर मी तुम्हाला इस्तांबूल फिरवू का?)

स्वप्नील- (मानसी कडे बघतो) "मानसी!"

मानसी- (मान होकारार्थी मान डोलावते) "येस."

स्वप्नील- "येस, व्हाय नॉट". (हो, नक्कीच)

सेलीन त्यांना घरी सोडते.

स्वप्नील- " थँक्यु सेलीन ".

सेलीन- " बाय स्वप्नील, बाय मानसी ".(ती मानसीला आवाज देते). " हे मानसी इफ यू गेट एनी प्रॉब्लेम, जस्ट कॉल मी".

(काहीही अडचण आली की मला फोन कर)

मानसी- "शुअर, थँक्यु डिअर गुड नाइट."

होश्चाकालन (टर्कीश बाय)

सेलीन- "गुले गुले." (टाटा)

टर्कीश लोकं खूप गोड, प्रेमळ आणि लगेच आपलेसे करणारे असतात. खूप छान वाटतं मानसीला..

दुसऱ्या दिवशी सकाळी तयार होतात. मानसी आलू पराठा करते तिच्यासाठी, टिफिन घेते.

स्वप्नील- "हे काय, सकाळी सकाळी आलू पराठा!!"

मानसी- "हम्मम्म.. नाश्त्याला"..

स्वप्नील- "आणि हा टिफिन कोणासाठी?"

मानसी- "माझ्यासाठी! ते काय आहे ना, आज पूर्ण दिवस आपण बाहेर राहणार आहोत.. दोन्ही वेळेस सूप, सॅलड, ब्रेड नाही खाऊ शकत ना मी म्हणून हा टिफिन"...

स्वप्नीलला हसायला येते व मानसीचे प्रयत्न ही आवडतात...

स्वप्नील- (हसत-हसत) "सूप-सॅलड... . घाबरलीस? ... अजून सुरूवात आहे"...

मानसी घाईत आवरत असते... त्याच हसणं थोडं इरिटेट करतं तिला...

(त्याच्या हातात पराठ्याची प्लेट देत) "हे खा आणि आवर लवकर.. सेलीन येईलच इतक्यात"..

स्वप्नील- "अरे हो. आवरतो, आवरतो...चिडलीस का?"

मानसी- "पच्च्व्... . जा रे"...

स्वप्नील- "हो जातो जातो.. पराठा एक नंबर हा"...

मानसीला गोड हसू येतं..

मानसी- (स्वतः शीच) "काय करू याचं"..

सेलीन, तिचा नवरा, मानसी, स्वप्नील चौघेही जातात फिरायला.

इस्तांबूलचा जगप्रसिद्ध "बॉस्फरस ब्रिज" पार करतात.

(इस्तांबूल हे एकमेव शहर जे युरोप आणि आशिया खंडात बॉस्फरस समुद्रामुळे विभागला गेला आहे. आणि त्या दोन्ही खंडाना जोडणारा झुलता पूल म्हणजेच "बॉस्फरस ब्रिज". जो विविध रंगाच्या रोषणाईने दिमाखात उभा आहे)

खूप डोळे दिपवणारे सुंदर दृश्य दिसते.

अथांग...टर्कीश लोकांप्रमाणेच शांत समुद्र आणि त्याच्या काठी डोंगरउतारावर वसलेले सुंदर टुमदार बंगले व तिथून दिसणारा झुलता पूल..

ते इस्तांबूल फिरतात. इस्तांबूलच्या प्रेक्षणीय स्थळांना भेट देतात.. जसे की टॅक्सीम स्क्वेअर, ब्लू मॉस्क, ऑटोमन काळातील पॅलेस सगळं बघतात.

दुपारी मानसी तिचा टिफिन मधला पराठा खाते. सेलीन, इल्कर, स्वप्नील रेस्टॉरंट मध्ये काही तरी खातात.

मग...ग्रँड बझार ला जातात. तिथे नजरबंद, नजरकवच असलेल्या वस्तू, कीचेन्स खरेदी करतात. तिथेच टर्कीश सुलतान व बेगम यांचा पारंपरिक पोषाखात फोटो काढत असतात.. स्वप्नील व मानसीही काढतात.

ते टर्कीश चहा पितात. (टर्कीश चहा बिनदुधाचा, विनासाखरेचा काळा चहा.... गरम पाणी म्हणा हवं तर..)

स्वप्नील आरामात पितो, ती कसेबसे तोंड करत संपवते चहा एकदाचा..

एकंदरीत सगळं दृश्य, तिथलं सौंदर्य, तिथल्या फुलांच्या बागा, समुद्र, सुंदर फुलांनी सजवलेले शहर डोळ्यात साठवत असते ती. "किती सुंदर आहे सगळे"... ["फुलो के शेहेर मे है घर अपना"......खरचं की...तिचे तिलाच गालातल्या गालात हसू येते....]

संध्याकाळी सेलीन त्यांना टर्कीश आईस्क्रीम खाऊ घालते. ही एक वेगळीच गम्मत असते.

हे आईस्क्रीम खूप चिवट असते व आईस्क्रीम विकणारा एखाद्या जादूगाराप्रमाणे ते आईस्क्रीम खेळवत असतो. कधी अलगद काढून घेतो, कधी कोन हातात व आईस्क्रीम गायब, असा गमतीदार अनुभव असतो.

It's a funny experience.

रात्री भारतीय रेस्टॉरंट मध्ये जेवायला जातात. टर्कीश लोकांना एक वेगळीच आपुलकी आहे भारतीयांसाठी...राज कपूर ते आमिर खान, त्यांच्या मनात घर करून आहेत...वेटर त्यांना राज कपूर, आमिर खान बद्दल विचारतो... All is well (ऑल इज वेल).. आवारा हूंSS... हे गाणं ही बोलतो वेटर आणि वायोलीन वर वाजवतो.

सेलीन उठून डान्स करते. मानसी, स्वप्नील टाळ्या वाजवून तिला साथ देतात.

जेवण खातांना (बिर्याणी, समोसा, चिकन कबाब, पापड असे भारतीय पदार्थ मागवतात)..

सेलीन, इल्कर "वेरी वेरी टेस्टी बट हॉट" असं आवभावानेच करतात.

भारतीय जेवण थोडे तिखट असल्याने त्या दोघांचा गोरा गोरा चेहरा लालबुंद होतो.. थोडा घामही येतो त्यांना..

वेटर त्यांच्या बरोबर फोटो काढतो.

खूप सुंदर दिवस जातो.

घरी परतत असताना त्यांना ट्रॅफिक जाम लागतो. सेलीन, तिचा नवरा 'इल्कर' पुढे..मानसी व स्वप्नील मागे बसलेले असतात.

स्वप्नील- "वाव...इस्तांबूल ट्रॅफिक इज लाईक मुंबई "क्रेझी...

(बापरे, इस्तांबूलची ट्रॅफिक मुंबई सारखीच आहे.)

सेलीन- "येस अनफॉर्च्युनेटली"..(हो दुर्दैवाने)..

"इन बयराम ...आय मीन अवर फेस्टिवल..ईद... यु कॅन गेट स्टक फॉर फुल डे अल्सो"...(आमचा सण म्हणजे ईद जेव्हा असते ना तेव्हा तुम्ही पूर्ण दिवस ही ट्रॅफिक मध्ये अडकू शकतात.)

त्यांच्या गप्पा अशाच सुरू राहतात.. मानसीला आता खूप कंटाळा आलेला असतो. ती खिडकीतून बाहेरची गंमत बघत असते. एवढी ट्रॅफिक पण एकही जण विनाकारण हॉर्न वाजवत नाही..ॲम्बुलन्स आली तरीही एवढ्या ट्रॅफिक मध्ये ही पटकन वाट काढून देतात.

स्वप्नील- "पीपल आरन्ट हॉन्किंग हॉर्न्स". (लोकं विनाकारण हॉर्न नाही वाजवत)

सेलीन- " येस दे गिव हॉर्न इफ यू वायोलेट दि ट्रॅफिक रुल्स ॲन्ड मेक देम लेट" (जर विनाकारण मध्ये घुसलात, ट्रॅफिक रुल्स नाही पाळला तर शिवी म्हणून ते हॉर्न वाजवतात)

"ऑर इफ दे वन फुटबॉल मॅच" (किंवा फुटबॉल मॅच जिंकल्याच्या आनंदात रात्रभर हॉर्न वाजवतात)

स्वप्नील- "इंटरेस्टिंग ". (गम्मतच आहे).

तिला बाहेर आय.वी.एफ. (IVF) हॉस्पिटल चा बोर्ड दिसतो. ती हळूच पर्स मधून छोटी डायरी काढते व हॉस्पिटल चे नाव, नंबर लिहून घेते.

घरी पोहोचतात. सेलीन ला "थँक्यु" म्हणून बाय करतात.

मानसी- "किती मोठा दिवस होता ना.. म्हणजे पहाटे ५ वाजेपासून तर रात्री ९ वाजेपर्यंत लख्ख उजेड"... अंधार पडला नाही तरी एवढी भूक का लागते, असे वाटले....तर चक्क ८.३० वाजले होते."

स्वप्नील- " हो आणि हिवाळ्यात उशिरा म्हणजे सकाळी ८-९ दरम्यान उजाडतं आणि दुपारी ४ वाजेपर्यंत अंधार होतो".

मानसी- "गम्मतच आहे.. जे भूगोलात शिकलो त्याचा खरा अर्थ आत्ता कळाला!"

मग.. सुंदर दिवस घालवल्यानंतर, खूप थकवा आल्याने दोघेही गाढ झोपून जातात.

बरेच दिवस जातात. आता ते बर्यापैकी स्थायिक झालेले असतात. थोडीफार टर्कीश भाषा बोलू शकतात आता.

घराजवळ आठवडे बाजार असतो हे समजते. तिथे जाऊन ताजी फळे, भाज्या, खासकरून 'कोथिंबीर' खरेदी करतात. कोथिंबीर ही फक्त त्या बाजारातच मिळायची.. आणि कोथिंबीर हा भारतीय 'पाक'कृतीतला अविभाज्य घटक आहे, हे वेगळे सांगायला नको.

स्वप्नील- "बराच मोठा बाजार दिसतो आहे. एक काम कर तू भाज्या खरेदी कर, मी फळं खरेदी करतो."

मानसी- "ठीक आहे."

तिने सलवार कुर्ता घातलेला असतो. टिकली लावलेली असते. काही बायका तिच्या बरोबर फोटो काढतात. ('बॉलीवुड' असं म्हणून).

भारतीय स्त्रियांना थोडावेळ का होईना बॉलिवूड ची हिरोईन असल्याचा फील देतात ही टर्किश लोकं खासकरून बायका.... खूपजण फोटो साठी विचारतात..त्यात साडी नेसली की बघायलाच नको.

मानसी खूप आनंदी असते.

एके दिवशी मानसी सोफ्यावर टि. व्ही. बघत बसलेली असते. सुट्टी असते म्हणून स्वप्नील खोलीत झोपलेला असतो दुपारी.

अचानक तिला काही वायब्रेशन्स जाणवतात. काही तरी हलल्या सारखं वाटतं. जग मधील पाणी ही हलत असते.

ती घाबरून बेडरूम मध्ये जाते. स्वप्नील ला उठवते.

मानसी- "अरे उठ, तुला काही जाणवले का?"

स्वप्नील- "आराम करू दे गं. सुट्टी आहे..... काय जाणवले तुला?"

मानसी- " वायब्रेशन्स..आय मिन भूकंपाचे धक्के".

स्वप्नील- "नाही...तुला भास झाला असेल".

(मानसी मनातल्या मनात) "याला कसे जाणवेल. हा तर झोपला होता".

तिला सेलीन आठवते. (इफ यू हॅव एनी प्रॉब्लेम प्लिज कॉल मी.

ती तिला कॉल करते. ती उचलत नाही. मानसी मेसेज करते.

सेलीन च्या घरी...

बेड वायब्रेट होत असतो. मोबाईल वर मेसेज येतो. सेलीन तिच्या नवर्यासोबत असते बेड वर....

थोड्या वेळाने सेलीन मोबाईल चेक करते. तिला मानसीचा मेसेज दिसतो.

सेलीन मनातल्या मनात वाचते- "डीड यू फील एनी वायब्रेशन्स जस्ट नाउ?" (तुला काही कंपनं जाणवली का एवढ्यात?)

ती आश्चर्याने बेड कडे बघते, आजूबाजूला बघते..

डोकं खाजवते.

मनातल्या मनात

"हाऊ मानसी केम टू नो अबाऊट व्हॉट आय वॉज डूईंग?".

(मानसीला कसे समजले मी काय करत होते ते.)

नंतर सेलीन मानसीला भेटते.

सेलीन- " मानसी, दॅट डे यू हॅड मेसेज्ड मी अबाऊट वायब्रेशन्स ". " हाऊ डू यू केम टू नो अबाऊट इट? "

(मानसी त्या दिवशी तू मला मेसेज केला की तुला काही जाणवले का? तुला कसे समजले त्या बद्दल?)

मानसी- (निरागसपणे) "बिकॉज.. देअर वॉज अॅन अर्थक्वेक!!...आय वॉज सो स्केअर्ड, दॅट्स व्हाय आय कॉल्ड यू टू चेक". " डोन्ट यू नो!!"

(कारण त्या दिवशी भूकंप झाला, मी खूप घाबरले पण माझा भास होता की तुला ही तेच जाणवले हे विचारण्यासाठी मी फोन केला होता. तुला माहीत नव्हते का?)

सेलीन चा गैरसमज दूर होतो. ती त्या दिवशी जे काय करत होती बेड वर त्यामुळे 'भूकंप' येऊन गेला हे सुद्धा तिला कळाले नव्हते. तिला हसायला येते. ती मानसीला सांगते.

दोघीही खूप (पोट धरून) हसतात.

आणि तेव्हापासून मग मी **'वायब्रेशन्स'** नाही तर **'ट्रेमर्स'** म्हणायला शिकले.

काही दिवसांनी, मानसी सकाळी लवकर उठते. छान मूड असतो तिचा. (छान हेयरकट केलेला असतो.)

ती चहा टाकते. स्वप्नील उठून येतो.(थोडं आश्चर्यानेच) तिच्या कडे बघतो, ताप चेक करतो तिच्या कपाळाला हात लावून.

मानसी- (टर्कीश मध्ये) "गुनायदिन स्वप्नील बे". (शुभसकाळ स्वप्नील)

स्वप्रील- " गुड मॉर्निंग ".(तो तिच्याजवळ जायचा प्रयत्न करतो) (ती नाही असं इशाऱ्यानेच म्हणते.) (सूर्य उजाडत असतो.) "तू लवकर कशी उठली?"

मानसी- "असंच, आली जाग. म्हटलं तुला सरप्राईज द्यावे लवकर उठून."

सुर्योदय बघत-बघत चहा पितात, मस्त गप्पा मारतात. आकाशात सुंदर छटा असतात.

मानसी- "पाच-सहा महिने कसे गेले काही कळालेच नाही. नवीन जागा, नवीन भाषा, नवीन रुटीन."

"आता कसं सगळं सेट झालं...

चहाचा एक घोट घेते.

"सेलीन तर कमालच आहे. तिने इतके कम्फर्टेबल केले ना की खूप काही नवीन वाटलंच नाही. खूप गोड आहे ती."

स्वप्रील- (टर्कीश बोलायचा प्रयत्न करतो). "चोक तात्ल (गोड आहे ती). जमलं ना."

मानसी- "हम्मम. शेकेर गिबी" (साखरे सारखी).

दोघेही खूप हसतात.

स्वप्रील- "चल तयार हो, पायी फिरायला जाऊ."

ते पार्क मध्ये फिरायला जातात. फिरल्या नंतर थोडे फार बसतात पार्क मध्ये. आणि आजूबाजूची गम्मत बघत असतात.

लहान मुले खेळत असतात. कुणी स्केटिंग करत असते, कुणी फुटबॉल, कुणी सायकलिंग करत असतं. कोणी पब्लिक जीम करत असतं.

एक लहान बाळ खेळत असते.(1-1.5 वर्ष). खेळता-खेळता पडते. "अन्ने" (आई) बोलतो.

मानसी उचलायला जाणार, तेवढयात बाळाची आई धावत-पळत येते. त्याला उचलते. तू स्ट्राँग आहेस असे म्हणते. त्याच्याशी बोलते. दोघेही हसतात. प्रेम करते, लाडाने पापी घेते. बाळ पण आईजवळ खूप खुश असते.

(सगळ्या जगातल्या आया सारख्याच असतात, तेवढीच माया, तोच आधार देतात आपल्या पिल्लांना)

हे सगळं बघून (मानसी- स्वप्नील) दोघेही आनंदी पण एकाचवेळी अस्वस्थही होतात. एकमेकांकडे बघतात. ती हताश होऊन त्याच्या खांद्यावर डोकं ठेवते.

रात्री बेडरूम मध्ये, मंद प्रकाश असतो.

स्वप्नील- "मानसी"

मानसी- "हम्मम."

स्वप्नील- "आपण उद्या जवळच्या हॉस्पिटलमध्ये जाऊन येऊ.... बघू तर"....

सकाळी दोघे हॉस्पिटल मध्ये जातात. पण तिथे डॉ., स्टाफ सगळे टर्कीशच बोलतात. त्यांना क्वचित इंग्रजी समजते. ते नाराज होऊन घरी येतात.

घरी आल्यावर भांडे घासताना, तिला तो बोर्ड आठवतो. (ट्रॅफिक मध्ये असताना ती नंबर नोट करते तो.) ती लगेच तो नंबर शोधते, त्यातला नंबर काढते, कॉल करते.

रिसेप्शनीस्ट- "हेलो"...

मानसी- (टर्कीश मध्ये) "हॅलो, इंग्लिशजे अन्लयोरमुसून"?

(तुम्हाला इंग्रजी समजते का?)

रिसेप्शनीस्ट- "येस, हाऊ मे आय हेल्प यू?".(मी तुमची काय मदत करू शकते) .

मानसीला खूप आनंद होतो.

मानसी- " आय वॉन्ट टुमारोज अपॉइंटमेंट". (मला उद्याची अपॉइंटमेंट द्या)

रिसेप्शनीस्ट- (कम्प्युटर वर चेक करते) "ओके, 11'am टुमारो" (उद्या सकाळी 11 वाजता या)

मानसी खूप खुश होते. दुसऱ्या दिवशी दोघं हॉस्पिटलला जातात. हॉस्पिटलमध्ये जाण्याअगोदर बाहेर प्लास्टिक शूज कवर ठेवलेले असतात, दोघेही ते घालून आत जातात.

रिसेप्शनीस्ट- "होशगेल्दिनीज"

मानसी- "होशबुल्दुक"

टर्की मध्ये कुठेही, कधीही गेलात, तरी टर्कीश लोकं तुम्हाला हसून, वरील प्रमाणे गोड बोलूनच स्वागत करतात.

रिसेप्शनीस्ट- "प्लिज कम इन्साइड" (या आत, डॉ केबिन मध्ये घेऊन जाते.)

(डॉ. एहमत- एकदम दिलखुलास, उमदे, हुशार व्यक्तिमत्त्व)

डॉ एहमत- "हॅलो, डॉ एहमत हिअर".(मी डॉ एहमत)

मानसी- " हॅलो डॉ, मानसी हिअर ".

स्वप्नील- "आय ॲम स्वप्नील". (मी स्वप्नील)

डॉ एहमत- " नाईस टू मीट यू" (छान वाटले भेटून).."लेट मी गेस्स.... फ्रॉम इंडिया... पाकिस्तान??" (तुम्ही भारतीय/पाकिस्तानी?)

स्वप्नील- "सर, इंडिया".

डॉ एहमत- " ओह..या, इंडिया..नाईस".(अरे वा, भारतीय!)

"सो हाऊ डीड यू फाइन्ड टर्की?"

मानसी विचार करायला लागली, आम्हाला माहिती होतं टर्की, कंपनीनेच सांगितले टर्की बद्दल...आम्ही विमानाने आलो वगैरे वगैरे.....

तितक्यात स्वप्नील बोलला.

स्वप्नील- "इट्स ब्युटिफुल, नाइस प्लेस". (खूप छान)

मानसीला मनातल्या मनात स्वतः वरच हसू येतं. " बरं झालं काही बोलले नाही मी". इंग्रजी सुधरवायला पाहिजे..

मग तेव्हापासून ती काळजीपूर्वक संभाषण ऐकायची. नवीन शब्द शिकायची.. बर्यापैकी टर्कीश, इंग्रजी भाषेचा अभ्यास सुरू होता तिचा.

डॉ. एहमत- " टेल मी हाऊ कॅन आय हेल्प यू ".(बोला, मी काय मदत करू शकतो तुम्हाला)

मानसी तिचे सगळे रिपोर्ट्स दाखवते.

स्वप्नील- "सो डॉ. बेसिकली वी आर प्लॅनिंग फॉर अ बेबी". इन इंडिया वी डिड सम टेस्ट्स बिफोर".

"ॲक्च्युली माय सिस्टर इज गायनॅक देअर".

(डॉ आम्ही बाळ होण्यासाठी प्रयत्न करत आहोत. याआधी भारतात आम्ही या सगळ्या चाचण्या केल्या आहेत. माझी बहीणच स्त्री रोग तज्ञ आहे.)

डॉ सगळ्या रिपोर्ट्स वर पटकन एक नजर टाकतात.

डॉ एहमत- "ऑल रिपोर्ट्स आर फाइन".(सगळे रिपोर्ट्स नॉर्मल आहेत)

" सो बेसिकली यू हॅव डन ऑल द प्रोसिजर " (तुमच्या बर्यापैकी सगळ्या टेस्ट्स झाल्या आहेत.)

"वी आर डुइंग आय. वी. एफ. हिअर". " धिस इज दि प्रोसिजर अॅन्ड दिज आर द डिटेल्स ". (डॉ ब्रोशर देतात).

स्वप्नील- " ओके, आय विल टॉक टू माय सिस्टर वन्स". (ठीक आहे मी बोलतो माझ्या बहिणीशी)

डॉ एहमत- "या शुअर..ऑर आय कॅन कम्युनिकेट वाया इमेल..इफ यू वॉन्ट". (हरकत नसेल तर आम्ही मेलद्वारे बोलू शकतो)

स्वप्नील- " फाइन देन, वी विल गेट बॅक टू यू ".. (छानच, कळवतो मग मी तसं")

डॉ एहमत- (मानसीकडे बघून) "मॅन........."

तेवढ्यात स्वप्नील बोलतो "मानसी"..

डॉ एहमत- " ओह, या.. मॅनसी".. "प्लिज डोन्ट वरी. यू हॅव मोअर चान्सेस अॅज यू आर वेरी यंग". " नथिंग टू वरी. बिलिव मी ". (मानसी तू तरूण आहेस त्यामुळे शक्यता जास्त पटींनी वाढते. काही काळजीचे कारण नाही. विश्वास ठेव माझ्यावर.)

मानसी- स्वप्नील- (दोघेही) "थँक्यु डॉक्टर". नाइस टू मीट यू."

निघतांना एक्झिट वर वापरलेले शूज कवर टाकतात बिन मध्ये..

तिला खूप धीर मिळतो डॉक्टरांच्या बोलण्याने. एक नवीन आशा आणि उल्हास जागृत होतो. ती विचार करते तेव्हा तिच्या लक्षात येते की मुळात तिथे करीयर, पाश्चात्यिकरण या सगळ्या मुळे बाळ वगैरे हे साधारण ३२-३५ वयात आल्यावर होऊ देतात आणि नैसर्गिक रित्या त्यांना काही ना काही प्रॉब्लेम येतात.

मानसी साधारण २६-२७ वर्षांची.. पण लग्नानंतर काहीच वर्षांत बाळ नाही झाले तर आपण किती घाबरलो याची तिला गम्मत वाटली. डॉ

एहमत साठी मी खूप तरूण पेशंट होते आणि त्यामुळेच शक्यता अनेक पटींनी वाढते.

मानसी-स्वप्नील स्काईप कॉल करतात आई-आप्पांना. आई-आप्पा ताईकडेच असतात. ते सगळे विडिओ कॉल वर बोलतात. ते ओमशीही बोलतात.

मानसी ओमशी बोलतांना इमोशनल होते व उठून जाते. स्वप्नील ताईशी व जीजाजींशी बोलतो. सगळं सांगतो...त्याने पहिलेच मेलद्वारे संपूर्ण ट्रीटमेंट ची माहिती पाठवली असते.

डॉ राकेश- "सगळं ठीक आहे. माझं झालं बोलणं डॉ एहमतशी. सगळे डिटेल्स बघितले मी. सो नो प्रॉब्लेम. जर तुला तिथे ट्रीटमेंट करायची असेल तर करु शकतोस."

"म्हणजे कॉस्ट वाईज अल्सो नॉट मच कम्पेअर्ड टू इंडिया". (आय.वी एफ. चा खर्च भारतात आहे त्या मानाने खूप जास्त नाही आहे तिथे.)

स्वप्नील- "ग्रेट देन". (खूपच छान)

तिची मासिक पाळी येऊन गेल्यावर लगेचच इंजेक्शन द्यायला सुरुवात करतात. त्यानंतर 13 व्या दिवशी सोनोग्राफी करून त्यानुसार तिला भूल देऊन गर्भाशयातील अनेक बीजांड काढतात. त्याचेही वीर्य घेतात.

त्यानंतर ते एम्ब्रियो प्रयोगशाळेत वाढवतात. नंतर ५-६ दिवस बाहेरील वातावरणात वाढलेले एम्ब्रियो गर्भाशयात रोपण करतात.

2-3 एम्ब्रियो गर्भाशयात टाकून बाकीचे पुढल्या वेळासाठी वजा १९६ अशा तापमानात प्रिझर्व (स्टोअर) करतात.

तिला बेडरेस्ट असतो. तो तिची खूप काळजी घेतो. स्वयंपाक करतो. त्यानंतरही पूर्ण दिवस औषधं, इंजेक्शन घ्यायचे असतात.

साधी सर्दीची गोळीही सहजासहजी न घेणारी मानसी आता भरपूर औषधं आणि इंजेक्शन्स घेत होती.

एकंदरीत खूपच **पेनफुल** (वेदनादायी) असते आय. वी. एफ.

स्वप्रील ऑफिस ला जाण्यासाठी तयार होतो. सेलीन चा फोन येतो.

सेलीन- " गुड मॉर्निंग, स्वप्रील ".

स्वप्रील- " गुड मॉर्निंग सेलीन, लिव्हिंग इन अ व्हाईल"..

" अॅम आय लेट फॉर द मिटिंग?" (गुड मॉर्निंग सेलीन, निघतोच आहे थोड्या वेळाने.. मला उशीर तर नाही ना झाला?)

सेलीन च्या हातात फ्रेश सिमित (तिळाचा गोल मध्ये होल असलेला ब्रेड...जसे मुंबईत गल्लोगल्ली वडापाव विकतात तसेच तिथे हा सिमित विकतात)

सेलीन- "च्च्च्...नो, नो, नो..यू नो आय मेट फ्यु इंडियन्स हिअर".

"आय हॅव टेकन देअर नंबर टू"...(मला काही भारतीय भेटले इथे... मी त्यांचे फोन नंबर सुद्धा घेतले.)

स्वप्रील- " वाव, दॅट्स ग्रेट " (वा..छानच). " ओके सी यू.. आय नीड टू स्टार्ट ".. (ठीक आहे.. आता मला निघायला हवं)

मिटिंग अगोदरच तिला नंबर द्यायचा असतो पण लागोपाठ मिटिंग असल्याने ती नाही देऊ शकत..

स्वप्रील-"सेलीन यू नो, आय नीड टू डू मॅक्सिमम मिटिंग्स इन धिस वीक, अॅज आय विल बी गोईंग टू इंडिया सून..सो प्लिज प्लॅन अकॉर्डिंगली"...(सेलीन मला लवकरच भारतात (मुंबईला) जावे लागेल. तर या आठवड्यात जास्तीत जास्त मिटिंग्स ठेव.)

संध्याकाळी घरी (tv बघतांना)

स्वप्नील- "मानसी मला लवकरच मुंबईला जावे लागणार आहे. तू राहशील ना एकटी?".

मानसी- "हो मी करेल मॅनेज".

सेलीन (फोन करते) - " स्वप्नील शाल वी प्लॅन डिनर धिस विकेंड? " (ह्या विकेंड ला डिनर ला जायचे का?)

स्वप्नील- "आय विल बी गोईंग टू मुंबई, सो..(मानसीकडे बघून) मानसी विल जॉइन यू".. (मी मुंबई ला जाणार आहे पण मानसी येईल.)

त्याला जाण्याआधी प्रेझेंटेशन,मिटिंग्स सगळं करायचे असते.

थोड्यावेळाने....

स्वप्नील- "अरे हो...उद्या प्रेग्नन्सी टेस्ट करायची आहे. एक्साइटेड!! "

मानसी- "हम्मम... . (ती 'फिंगर्स क्रॉस्ड' अशी खूण करते).

स्वप्नील तिच्या खांद्यावर हात ठेवतो आणि धीर देतो... "होईल"...

दोघे हॉस्पिटल मध्ये जातात. ब्लड टेस्ट्स करतात. रिपोर्ट्स मेल करणार असतात दुसऱ्या दिवशी...

स्वप्नीलला मेल येतो. तो डॉ. एहमत ला फॉरवर्ड करतो. थोड्यावेळाने डॉ फोन करतात आणि टेस्ट निगेटिव्ह आहे असे सांगतात.

स्वप्नील घरी येण्याआधीच ऑफिसमध्ये फोन करून मानसी च्या तब्बेतीचे कारण देऊन, "तिला सोडून मुंबई ला नाही येऊ शकत व ऑनलाईन जॉईन होईल" असे सांगतो.

खूप नाराज होतो.

निगेटिव्ह रिपोर्ट्स घेऊन घरी, मानसी समोर जायची हिम्मतच होत नाही त्याची.

त्याला समजत नाही मानसीला कसे सांगायचे. घरी येतो व तो सांगतो. मानसीला रिपोर्ट्स दाखवतो.

मानसी नाराज होते व खूप रडते. पण तिला समजते की तो पण खूप अपसेट आहे. तेव्हा तिच्या भावनांना आवर घालते.

स्वप्नील- " मानसी, मी मुंबईला नाही जात आहे. पण मला ऑफिस ला जावं लागेल. मिटिंग्स लाईन्ड अप आहेत".

मानसी- (डोळे पुसत) "मी ठीक आहे अरे, तू जाऊन ये."

तो ऑफिस ला जाण्यासाठी निघतो, बाहेर निघताच त्यालाही खूप भरून येते. कार मध्ये बसताच खूप रडतो तो..

मानसी ब्रेक्स डाऊन कम्प्लिटली...(मानसी पूर्ण पणे कोलमडते)

देवासमोर.....

मानसी- "का...का?..का आणि कसली परिक्षा घेतो आहेस तू". अजून किती परिक्षा घेणार आहेस देवा...

"तन-मन-धन सर्वतोपरी प्रयत्न करून झाले. अजून काय करू म्हणजे आमच्या पदरी यश येईल."

"हे बघ देवा, मला माहितीये कदाचित माझी लायकी नसेल आई व्हायची. पण........ माझा नवरा खूप निर्मळ आहे, प्रामाणिक आहे. निदान त्याच्याकडे बघून तरी त्याच्या प्रामाणिक प्रयत्नांना यश दे देवा."

तिला सगळे आठवते. ती त्याला हातात पाण्याचा ग्लास द्यायची, त्याची काळजी करायची. पण ट्रीटमेंट च्या वेळी त्याने तिला काहीच करू दिले नाही.. तिच्या साठी जेवण बनवतो, काळजी घेतो, एवढेच नाही तर घरीच मानसीला रोज स्वतः इंजेक्शन्स देतो. (इंजेक्शन कसे देतात हे शिकून) हॉस्पिटलमध्ये तिचे युरीन पॉटही उचलतो. त्यात

पाण्यासारखा पैसाही खर्च होतो आहे...तिला सगळे आठवते व ती खूप रडते.

संध्याकाळी.... ते दोघे उदास असतात. आपापली कामे करत असतात. एकमेकांशी हसत-खेळत न बोलता. तिला मोकळं करण्यासाठी उगीचच तो सेलीन बरोबर बाहेर जाण्याचा प्लॅन करतो.

आईचा फोन येतो स्काईप वर. मानसीला त्यांना बघूनच रडायला येते.

थोड्यावेळाने

मानसी सुकलेल्या कपड्यांच्या घड्या घालत असते.

स्वप्नील (उगीचच) - "अगं मानसी उद्या तुमचा डिनर प्लॅन आहे ना".

मानसी- "हम्म, होता, आता नाही आहे."(तिचे डोळे पाणवतात)

स्वप्नील- "मानसी प्लिज असं नको वागूस. 'जा बाहेर' तुला बरं वाटेल. थोडी मोकळी होशील."

सेलीन ठरल्याप्रमाणे कॉल करते. मानसीचा फोन स्वप्नील उचलतो.

सेलीन- "हे स्वप्नील, यू आर हिअर?" (थोडं आश्चर्यानेच) "व्हॉट हॅपन्ड?" (स्वप्नील तू अजूनही घरीच...काय झाले?)

स्वप्नील- "येस ॲक्चुअली......(तो तिला सगळं काही सांगतो.)

सेलीन घरी येते.

सेलीन- " हॅलो मानसी ".

मानसी- " हॅलो " (नाराजीच्या स्वरात)

सेलीन- "कम ऑन, लेट्स गो आऊट, ॲज पर अवर प्लॅन"..(चला ठरल्याप्रमाणे जाऊ या जेवायला)

मानसी- " सेलीन...ॲक्चुअली आय फरगॉट टू टेल यू....स्वप्नील इज नॉट गोईंग नाऊ"..(मी विसरलेच सांगायला की स्वप्नील आता नाही जात आहे मुंबई ला)

सेलीन- "येस ॲन्ड आय नो द रिजन"...(हो आणि मला कारण सुद्धा माहिती आहे)..

" दॅट्स व्हाय आय वॉन्ट यू टू टेक आऊट" (म्हणूनच मला तुला बाहेर घेऊन जायचं आहे)

"स्वप्नील लेट्स गो"..(स्वप्नील तू पण ये)

स्वप्नील- "आय वुड लव टू, बट आय ॲम सॉरी.आय कान्ट जॉईन यू..आय नीड टू डू प्रेझेंटेशन".(मला आवडलं असतं पण मी नाही येऊ शकतं, मला प्रेझेंटेशन बनवायचे आहे..)

त्या दोघी जातात मग.. हिवाळ्याचे दिवस असतात. कडाक्याची थंडी असते. कदाचित हलका बर्फ ही पडणार असतो रात्री..

सेलीन-(कार मध्ये) " मानसी, लेट्स गो टू युवर फेवरेट चायनीज रेस्टॉरंट " (मानसी तुझ्या आवडत्या चायनीज रेस्टॉरंट मध्ये जाऊया)

मानसी फक्त मान डोलावते. त्या दोघी आत जातात, बसतात.

सेलीन सगळं व्हेजिटेरियन जेवण मागवते. स्वतः साठी चिकन सूप व मानसी साठी व्हेज सूप मागवते.

ती मानसी कडे बघते. अजून ही उदासच असते ती.

सेलीन- "हे कम ऑन मानसी, बी स्ट्रॉंग..यू आर सो यंग. इट्स पॉसिबल अगेन. डोन्ट बी अपसेट"..

(मानसी अशी उदास होऊन हिम्मत नको हारूस. तू तरूण आहेस, परत होईल तुला बाळ.)

मानसीला परत रडायला येते

सेलीन- " डोन्ट क्राय, आय कॅन अंडरस्टँड "... (रडू नकोस, मी समजू शकते.)

मानसी- " नो सेलीन, यू कान्ट अंडरस्टँड व्हॉट आय फील."

(मला काय वाटतयं तू नाही समजू शकत सेलीन आणि परत रडते)

सेलीन ला मानसीचे बोलणे ऐकून खूप वाईट वाटते, तिच्या डोळ्याच्या कडा पाणवतात.

इथे स्वप्नील ही मानसी बद्दलच विचार करत असतो. 'बिचारी किती उत्साहात होती बाळासाठी'.. त्याला तिचे सगळे बोलणे आठवते.. "आपलं बाळ किती छान असेल ना".. "गोळ्या सेफ नाही वाटतं मला"... त्याला खूप वाईट वाटते..

मानसीच्या फोटो कडे बघून "सॉरी मानसी, कदाचित माझ्यामुळे तुला या सगळ्यातून जावे लागते आहे".. त्याचेही डोळे पाणवतात..

तेवढ्यात जेवण येते.

सेलीन- " येस यू आर राइट मानसी..आय कान्ट अन्डरस्टँड"

(नाराजीच्या सुरात)

"यू नो....यू आर वेरी लकी मानसी, दॅट लाईक यू, युवर हसबंड अल्सो वॉन्ट बेबी".

" इट्स अ ग्रेट फिलिंग व्हेन युवर पार्टनर गेट्स इनव्हॉल्व्ड इन युवर प्लॅन, युवर एवरी डिसीजन".

(तू खुप नशिबवान आहेस मानसी की तुझ्या इतकंच तुझ्या नवर्याला ही बाळ हवे आहे. तो आनंदच वेगळा असतो जेव्हा आपल्या प्रत्येक निर्णयात, प्रत्येक इच्छेत आपला जोडीदार आपली साथ देतो.)

"बट या..ॲज यू सेड...हाऊ वुड 'आय' अंडरस्टँड दॅट" (व्यंगात्मक-पण हो तू बरोबर बोलतेस 'मला' कसे कळणार ना? आणि तिच्या गालांवर घळाघळा अश्रू ओघळतात.)

मानसी- (थोडं धक्कादायक, आश्चर्याने) "सेलीन"!!!! (तिला कळतच नाही, नक्की तिला काय म्हणायचे आहे ते) "मिन्स?" (म्हणजे)

सेलीन- (हलकासा सुस्कारा टाकत) "मानसी...इन माय केस आय ॲम वेरी डेस्पिरेट टू हॅव बेबी.....बट माय हसबन्ड.... डजन्ट वॉन्ट"...

(नाराजीच्या सुरात) "ही डजन्ट लाईक कीड्स अॅट ऑल ॲन्ड देअर रिस्पॉन्सिबलीटिज".

"आय केम टू नो अबाऊट धीस आफ्टर अवर मॅरेज". " ही इज अ नाईस ह्युमन बिईंग. आय लव्ह हीम अ लॉट ॲन्ड आय कान्ट लीव्ह हीम". (ती अजून रडायला लागते)

(माझं म्हणशील तर मी खूप आसुसलेली आहे बाळासाठी, पण माझ्या नवर्याला बाळ नकोय.. मुळात त्याला मुलं आणि त्यांची जबाबदारीच नकोय. मला हे आमच्या लग्नानंतर कळाले. तो खूप चांगला आहे. माझं त्याच्या वर खूप प्रेम आहे आणि मी त्याला सोडूही नाही शकतं आणि अजून हुंदके देते)

मानसीला हे सगळं ऐकून धक्काच बसतो.

मानसी- "ओह सेलीन, आय हर्ट यू, ॲम सॉरी". (मी तुझे खूप मन दुखावले, मला माफ कर".)

ती तिला आलिंगन करते व तिचे सांत्वन करते. मानसीला खूप वाईट वाटते.

किती गुंतागुंत असू शकते एखाद्या व्यक्तीच्या नात्यात. तिला स्वतःचे दुःख मामुली वाटायला लागते.

स्वप्नील चे कौतुक वाटते व लागते...ती लवकरात लवकर घरी जाऊन त्याला भेटण्याची ओढ.

बाहेर हलकासा बर्फ पडायला सुरुवात होते. अल्हद पडणारे ते कापसासारखे पांढरे पांढरे ठिपके, लवकरच सगळा काळा रस्ता शुभ्र करणार होते.

स्वप्नील ला वाईट वाटत असते, तो ही विचारातच असतो. त्याला सेलीनने भारतीय माणसाबद्दल बोललेले आठवते. तो बॅगेत नंबर शोधायला लागतो आणि त्याला फोन करतो.

स्वप्नील- " हे हाय आनंद, स्वप्नील हिअर ".. " माय फ्रेंड सेलीन गेव मी युवर नंबर ".. (हॅलो आनंद, मी स्वप्नील बोलतो आहे. माझी मैत्रीण सेलीन..तिने तुझा नंबर दिला.)

आनंद- " अरे हाय..हा कोई बंदी मिली थी उसदिन.... हम तो तुम्हारे बगल वाले लेन मे ही रहते है."

ते थोडावेळ फोन वर बोलतात. तेवढ्यात मानसी येते. बेल वाजते. तो दरवाजा उघडतो. मानसीला बघून,

स्वप्नील- " अरे, आलीस तू! कशी झाली डिनर डेट?"

ती काहीच न ऐकता स्वप्नील ला कडकडून मिठी मारते व काही क्षण तशीच राहते..

स्वप्नील- "मानसी"!!!

मानसी- " थँक्यु "...

स्वप्नील- " कशाबद्दल "?

मानसी- " असचं ".

स्वप्नील- (त्यालाही अपराधी वाटत असतं मानसी बद्दल)

"सॉरी"..

मानसी- " कशाबद्दल?"

स्वप्नील- " असचं "...

ती डोळे बंद करून त्याला अजून कडकडून मिठी मारते.

थोड्या दिवसांनी आनंद एक छोटसं गेट टुगेदर ठेवतो. स्वप्नील मानसीला घेऊन जायचे ठरवतो. पहिल्यांदाच चाललो म्हणून ती शेवयांची खीर बनवून घेऊन जाते.

पार्टी मूड असतो. ५-६ फॅमिली आलेल्या असतात.

साउथ इंडीयन फॅमिली- नवरा,बायको, एक मुलगा-एक मुलगी.

२ कुटुंब दिल्ली चे असतात. आनंद-प्रिया. हिना-साहिल.. त्यांची २ मुलं. नीता- अनिल व त्यांची एक छोटी मुलगी. मोठी मुलं आय पॅड, टॅब हाताळत असतात. लहान मुलगी आईच्या मागे मागे फिरत असते हातात टेडी बेअर घेऊन..

एकमेकांशी ओळख होते. 2-3 जण ड्रिंक करतात. स्वप्नील नाही म्हणतो. तो कोल्ड ड्रिंक घेतो. पुरुषांच्या गप्पा चालू असतात, स्नॅक्स खातांना.

बायका किचन मध्ये जेवण गरम करत असतात, पुर्या झालेल्या असतात. गरम गरम स्नॅक्स पिया मानसीला देते.

पिया- "ले मानसी, शर्मा मत..यहा सब बेशरम लोग है".

रजनी (साउथ टोन)- "थोडा बेशरम तो होना जरुरी है जी."

हीना- "आप भी खाइये जी,(तोंडात घालते) बस हिंदी मत बोलो यार".

सगळ्या जणी हसतात. त्या डायनिंग टेबलावर जेवण आणून ठेवतात. भरपूर प्रकारचे घरगुती भारतीय जेवण असते. (एकदम लॅविश) गप्पा मारत मारत जेवतात, हसतात.

संपूर्ण **भारत** एका छताखाली असते.

बाहेर देशात राहण्याची हीच गंमत असते की तिथे सगळ्यांची फक्त आणि फक्त **'भारतीय'** ही एकच आयडेंटिटी असते.

स्वप्नील मानसीला आनंदी बघून खूप आनंदी होतो. ती पण एन्जॉय करत असते.

मानसी सकाळी प्राणायाम व पायी चालायला सुरुवात करते.

संध्याकाळी टि. व्ही.बघतांना

मानसी त्याच्या केसांना तेल मालिश करत असते.(head massage).

स्वप्नील- "वाव, फिल्स नाईस. (तो हळूच)

"मानसी...आपण नेक्स्ट सायकल आय. वी. एफ. ची करून घ्यायला पाहिजे आता".

मानसी- (मसाज थांबवते) "नाही....माझ्याकडून नाही होणार हे सगळं आता. आपण अडॉप्ट करुया का?"

स्वप्नील- "प्लिज मानसी, निदान जे एम्ब्रिओज स्टोअर केले आहेत ते युज करुयात. प्लिज.. प्लिज"......

मानसी- "ठीक आहे बट फॉर वेरी लास्ट टाईम".

रात्री झोपताना ती विचार करते. परत तेच सगळे.....

बेडरेस्ट, इंजेक्शन्स, काळजी, परत फेल झाले तर......नाही असे काही होणार नाही (स्वत:लाच समजावते)... पण परत फेल झाले तर अडॉप्ट करेल, असा विचार करते आणि झोपते.

हॉस्पिटलमध्ये ऑलरेडी पेशन्ट्स असतात. ह्यांच्या पहिले आफ्रिकन कपल (निग्रो) बसलेले असते. मानसी त्यांच्याकडे बघते, स्माईल करते. पहिले ते दोघे जातात मग मानसी चा नंबर असतो. मानसी हॉस्पिटल गाऊन घालते.

डॉ एहमत- " मॅनसी, आय हॅव टेकन २ व्हेरी बेस्ट, हेल्दी एम्ब्रिओज आऊट ऑफ ५....प्लिज बिलिव्ह मी". (मानसी ह्या वेळेस मी ५ पैकी

२ अत्यंत चांगले, सशक्त एम्ब्रिओज घेतले आहेत, प्लिज विश्वास ठेव माझ्यावर.

(मानसी मान डोलावते.किती काळजीने, पोटतिडकीने बोलतात डॉ.)

डॉ एहमत- "इज युवर ब्लॅडर फुल"? (मूत्राशय पूर्ण भरलेले आहे ना?)

मानसी- "येस". (स्वत:शीच 'खूपच जास्त..इतकं की फुटेल आता', तिला असा विचार करूनच थोडसं हसायला येत).

ती देवाला प्रार्थना करते. मानसी, स्वप्नील हॉस्पिटल मधून घरी येतात. काही दिवसांनी ते हॉस्पिटल ला जातात. ब्लड टेस्ट करतात. मेल येतो. डॉ. सांगतात टेस्ट पॉझिटिव्ह असते. तो तिला उचलून घेणार असतो. ती सांभाळून असा इशारा करते. हसतात, हग देतात. तिला आनंदाश्रू अनावर होतात.

स्वप्नील- "आपण '**आई-बाबा**' होणार!!! " वाव".... लव यू"...

ते एकमेकांना हग करतात. आनंदाश्रू असतातच सोबतीला...

आई-आप्पांना, मानसीच्या आई- बाबांना, ताईला, सेलीनला सगळ्यांना फोन करतात. दोघी आई एकमेकींचे अभिनंदन करतात.

डॉक्टरांनी त्यांना पहिल्या सोनोग्राफी साठी बोलावलेले असते.

डॉ एहमत- "कॉन्ग्रॅज्युलेशन्स टू बोथ ऑफ यू".

दोघेही- " थँक्यु डॉक्टर ".

डॉ सोनोग्राफी करतात.

डॉ एहमत- " मॅनसी, डिड यू हिअर ". दिज आर दी हार्ट बिट्स". (मानसी हे हृदयाचे ठोके आहेत)

दोघेही एकमेकांकडे बघतात. आपोआप आनंदाश्रू आपली वाट मोकळी करतात. ती भावना शब्दांच्या पलीकडली असते.

खूप **लढाया** केल्यावर **'युद्ध'** जिंकण्याचा जो आनंद असतो, तो शब्दात व्यक्त होऊच शकत नाही मुळी.

डॉ एहमत- "आय हॅव लोकेटेड 2 एम्ब्रिओज. वन इज हेल्दी ग्रोईंग बट सेकन्ड एम्ब्रिओ इज वेरी विक".

"सो लेट्स चेक अगेन इन नेक्स्ट १५ डेज". " बट यू नीड टू कन्टिन्यु विथ दि इंजेक्शन्स फॉर ३ मन्थ्स ".

(दोन भ्रूण दिसतायेत एक अगदी सशक्त आहे पण दुसरे खूपच नाजूक आहे, त्यामुळे आपण परत १५ दिवसांनी चेक करू.. पण तुला इंजेक्शन्स पुढील ३ महिन्यापर्यंत घ्यावेच लागतील.)

७ दिवसांनी तिला ओटी पोटात दुखायला लागते. ते लगेचच सोनोग्राफी करण्यासाठी जवळच्या हॉस्पिटलमध्ये जातात. एक एम्ब्रिओ शाबूत असते पण दुसरे मिसकॅरेज होते.

डॉ एहमत- "आय ॲम सॉरी वी लॉस्ट दी अदर एम्ब्रिओ..बट डोन्ट वरी द अदर वन इज सेफ....इट वोन्ट गेट अफेक्टेड".

(सॉरी एक गर्भ नाही राहिला पण काळजी करू नका दुसऱ्या गर्भाला काहीही धोका नाही.)

"सो कॉन्ग्रॅज्युलेशन्स बोथ ऑफ यू". (अभिनंदन दोघांचे)

दोघे- "थँक्यु डॉ"....."फायनली".... "थँक्स अ लॉट".

डॉ एहमत- "बट मॅनसी, यू नीड टू टेक इंजेक्शन्स ट्वाईस अ डे, फॉर अ मंथ, देन आय विल सी यू अगेन".

(मानसी तुला आता दिवसातून दोनवेळा काही महिने इंजेक्शन्स घ्यावे लागतील. महिना भराने भेटूच आपण.)

मानसी मान डोलवते. " ओके डॉ".

स्काईप कॉल करून आई-आप्पांना सांगतात सगळं. स्वप्नील त्यांना बोलावून घेतो टर्कीला.

स्वप्नील- "आई-आप्पा तिकिट्स बूक करतो आहे. लवकरच भेटू. लागा तयारीला."

सेलीन ही येते भेटायला. खूप आनंदी असते ती. आई- आप्पा टर्कीला येतात.

आई- "मानसी हे ड्रायफुट्स खा बघू. फळं सुद्धा". आणि रोज रात्री केसर घातलेले दूध आठवणीने पीत जा".

मानसी- " हो आई".

मुंबई वरुन बराच खाऊ आणलेला असतो. गिट्स गुलाबजाम पॅकेट, रेडी टू इट भेळ, खाकरा, भुजिया, सोनपापडी, चिंच, कोकम (आमसूल),केसर..

आई- "सांग काय बनवू आज!"

मानसी- "आई, काय काय आणले तुम्ही."

आई- "हो गं, हा बोलला होता इथे हे सगळं नाही मिळत. तुझी इच्छा झाली तर!!"...

स्वप्नील- "हो आई, आज गुलाबजाम खायची खूप इच्छा आहे."

आई- "कोणाची?"

स्वप्नील- "आई मानसीची, अजून कोणाची. काय तू पण? "

आई- "हो गं... बरं झालं आणलं बाई"...

मानसी त्याच्याकडे बघते, मान डोलावते आणि खूप हसते.

एकदम रेलचेल असते......

दुसऱ्या दिवशी सकाळी सकाळी बाथरूम मधून वोमिटींग चा आवाज येतो.

स्वप्नील अस्वस्थ होतो.

स्वप्नील- "काय गं, काय झाले?."

मानसी बाथरूम च्या बाहेर येते.

मानसी- "काही नाही, कोरडी उबळ आली. बाकी काही नाही. मी चहा टाकते."

दूध घेण्यासाठी फ्रिज उघडते. कोकम दिसतात तिला. एक तोंडात टाकते आणि 'स्वर्गसुख' मिळाल्या सारखे वाटते तिला.

इंजेक्शन्स घेणे चालू असते. तिला अचानक बसायला खूप त्रास होतो. दोन्ही कडे (कमरेला) गाठी झालेल्या असतात इंजेक्शन मुळे. ती बर्फाने शेकते. हळूहळू गाठी नीट होतात.

3 महिन्यानंतर सोनोग्राफी साठी जातात. आई- आप्पा, मानसी, स्वप्नील.

डॉ एहमत- (मानसीकडे बघून) "ओह युवर पॅरेन्ट्स".

मानसी- " या स्वप्नील्स पॅरेन्ट्स".

डॉ एहमत- तिथे 3 खुर्च्या असतात. डॉ स्वतः उठून एक खुर्ची आणतात. " प्लिज हॅव अ सीट".

सोनोग्राफी करतात, सोनोग्राफी टेबल वर....

डॉ एहमत- " बेबी इज अॅब्स्युल्युटली फाइन, ग्रोईंग वेल. वेट, लेंथ अॅज पर दि विक्स. सी द हॅन्ड्स अॅन्ड लेग्ज आर बडींग".

(बाळाची वाढ अगदी व्यवस्थित आहे. हे बघा हात, पाय फुटतायेत)

त्यांना खूप आनंद होतो. खूप विलक्षण अनुभव असतो तो.

डॉ एहमत- "डू यू वॉन्ट टू नो जेन्डर ऑफ दि बेबी?" (तुम्हाला मुलगा आहे की मुलगी हे तपासायचे आहे का?)

दोघेही- " नो डॉ. वी वॉन्ट टू कीप इट सरप्राईज". (आम्हाला सरप्राईज ठेवायचे आहे.)

एकमेकांकडे बघतात, हसतात. आई- आप्पा ही सहमती दर्शवतात.

डॉ एहमत- " ओके, नो प्रॉब्लेम ". " मॅनसी, यू कॅन डू ऑल युवर रेग्युलर ॲक्टिव्हिटीज नाउ"..

"डोन्ट इट रॉ मिट..दिज आर मल्टि वाइटामिन ॲन्ड आयर्न सप्लिमेंट्स.. " ऑल राईट, टेक केअर देन".

(मानसी आता तू तुझी रोजची कामे करू शकतेस. कच्चे मांस नाही खायचे (परदेशात खातात तसे पण प्रेग्नन्सी मध्ये नाही सांगतात). मल्टि विटामिन, लोह च्या गोळ्या चालू ठेव.. रोज पायी चालत जा. स्वत:ची काळजी घे.)

तो हस्तांदोलन करतो. ते एकत्र फोटो काढतात आठवण म्हणून)

डॉ एहमत- "सी यू".

आई- आप्पा जाणार असतात मुंबईला, दोघेही एअरपोर्टवर सोडायला जातात. घरी आल्यावर खूप एकटे-एकटे वाटते.

इंडियन फ्रेंड्स ला प्रेग्नन्सी बद्दल कळते. त्या सगळ्या मिळून एक पार्टी प्लॅन करतात.

तिच्यासाठी वेगवेगळे पदार्थ बनवतात. तिचा एकटे पणा घालवतात. मानसी पेक्षा त्यालाच खावेसे वाटतात वेगवेगळे पदार्थ.

आनंद- "अरे प्रेग्नंट वो है, खा तू रहा है, चक्कर क्या है भाई"...

स्वप्नील- "अरे रजनी जी आपने सब मेरा फेवरेट बनाया है. बहोत मन था मेरा ये सब खानेका. व्वा".... परत खातो.

सगळे जण हसतात. अगदी आनंदी वातावरण होते. बघता बघता ७ महिने निघून जातात. आता मुंबईला परत येण्याची वेळ येते.

त्याच्या मिटिंग्स चालू असतात. सगळं वाइन्ड अप करायचे असते. एक मिटिंग सुरू असते. मिटिंग नंतर... .

झेलिया- "ओह आय फरगॉट....कॉन्ग्रॅज्युलेशन्स मि. स्वप्नील फॉर द गुड न्यूज"..(अभिनंदन, तुला बाळ होणार आहे म्हणून....

स्वप्नील- " थँक्स झेलिया".

झेलिया- "एक्साइटेड टू गो बॅक होम".

(परत भारतात जाण्यास उत्सुक असशील ना!!)

स्वप्नील- "येस वेरी मच...सच अ टॉप ऑफ द वर्ल्ड फिलिंग. आय विल बी कीप कमिंग दोऽ".. "हे डू यू हॅव किड्स?"..

(खूपच एक्साइटेड. आकाश ठेंगणे झाले आहे माझ्या साठी. मी तसे येतच राहील मिटिंग्ससाठी....तुला आहेत का मुलबाळं??)

झेलिया- " येस, आय ॲम अ सिंगल पॅरेन्ट".(हो आहे, एक मुलगा, मी एकटीनेच सांभाळते.)

स्वप्नील- " ओह सॉरी, इट मस्ट बी डिफिकल्ट देन!!". (सॉरी.....कठीण वाटत असेल ना खूप एकटीने सांभाळणे)

झेलिया- "ॲब्सुल्युटली नॉट". (बिलकुल नाही)

" प्रोबॅबली धिस ('मदरहूड') इज दि ओन्ली पेन इन दि वर्ल्ड व्हिच वी टेक मोअर कम्फर्टेबली, हॅपीली".

(कदाचित 'आईपण' हा जगातील एकमेव असा त्रास असेल जो आम्ही आनंदाने ,सहजपणे, प्रेमाने घेतो.)

"आफ्टर अ लाँग, बिझी डे, इफ वी नीड टू बी अवेक व्होल नाईट बिकॉज ऑफ कीड्स इलनेस..येट गोईंग टू ऑफिस नेक्स्ट डे इज नॉट ॲट ऑल टायरींग. वी गेट सम स्ट्रेन्थ..आय रिअली डोन्ट नो फ्रॉम व्हेअर डू वी गेट धिस स्ट्रेंथ...बट धिस इज अमेझिंग"

(संपूर्ण दिवस बाहेर काम करून, थकून, जरी रात्रभर मुलांसाठी जागावे लागले तरीही दुसऱ्या दिवशी सकाळी परत कामावर जाण्यासाठी एक वेगळी उर्जा मिळते...मला खरंच माहिती नाही कुठून येते ही ऊर्जा..पण हे सगळं अद्‌भुत आहे.)

स्वप्नील "वाव, इंटरेस्टिंग" असे आवभाव करून म्हणतो.

झेलिया- "ऑल द वेरी बेस्ट".

खरयं....जगात फक्त स्त्रीलाच हे वरदान मिळाले आहे की प्रसंगी ती बापासाठी **'मुलगा'** व मुलांसाठी **'बाप'** बनू शकते..

आई आणि ताई तर ती असतेच...

किती मजेशीर आहे ना, मला वाटायचे फक्त 'भारतीय' आईच प्रेमाने, मायेने ओतप्रोत भरलेली आहे.. पण जगातील प्रत्येक आई अशीच 'आईपणाने' काठोकाठ भरलेली आहे.

'आईपण' कधीच सरत नाही, ते आईबरोबरच सरते.

स्वप्नील-मानसी भारतात परतायच्या तयारीला लागतात.. सामान पॅक करतात. डॉक्टरांकडे जाऊन हेल्थ सर्टिफिकेट आणतात. 'फिट फॉर एअर ट्रॅव्हलिंग' जे एअरपोर्टवर सब्मिट करायचे असते.

जाण्याच्या पहिल्या दिवशी तिच्या मैत्रीणी तिला भेटायला येतात. त्या काही गिफ्ट्स आणतात..तिच्या साठी काही पदार्थ ही बनवून आणतात.

तिला फुलांचा हेअरबँड 'टिआरा' घालतात व फोटो काढतात. एकप्रकारे छोटेखानी 'ओटीभरण' करतात.

दुसऱ्या दिवशी सेलीन व तिचा नवरा एअरपोर्टवर जातात त्यांच्याबरोबर.

गाडीतून बॅग्ज काढतात. ट्रॉलीत ठेवतात.

सेलीन- " मानसी, आय स्पेन्ट वेरी बेस्ट डेज ऑफ माय लाइफ विथ यू गाईज"....(मानसी, तुमच्या सोबत घालवलेले माझ्या आयुष्यातील सगळ्यात सुंदर दिवस होते.)

मानसी- "येस, सेम हिअर". " यू आर सो स्वीट सेलीन....

धिस इज फॉर यू ". (गिफ्ट देते तिला)

सेलीन- " ओह आय फरगॉट, जस्ट अ मिनिट".(गाडीतून एक बॉक्स आणते.)

"धिस इज फॉर माय लिटल एन्जल... कलर इज युनिसेक्स ॲज यू डोन्ट नो द जेंडर ऑफ दि बेबी".

(बाळासाठी गिफ्ट देते. कलर कॉमन आहे- मुलगा/मुलगी माहिती नाही म्हणून).

मानसी- "प्लिज विजिट इंडिया, इट्स अ ब्युटिफुल प्लेस... ॲन्ड वेटिंग फॉर युवर गुड न्युज टू.."

(इंडिया ला नक्की या, खूप सुंदर देश आहे... आणि हो तुमच्या गोड बातमीची मी वाट बघेल......मानसी सेलीन च्या नवर्याकडे बघते. तो डोळे मिचकावतो.)

ते एकमेकांना हग करतात. गालाला गाल लावतात व एअरपोर्ट मध्ये जातात.

आता इथली प्रेमाची माणसे सोडून जाताना तिला जड जात असते. पण चालायचेच...

मानसी फ्लॅशबॅक मधून बाहेर येते व कविता लिहायला सुरुवात करते. दुसऱ्या दिवशी मुलांना शाळेत पाठवते. तिला अर्धवट कविता दिसते, ती परत विचारात गुंतते.

नवव्या महिन्यात तिचे ओटी भरण करतात आई-आप्पा.

डिलीव्हरी च्या आधी ती तिची सगळी तयारी करते. सेलीन ने दिलेले बाळाचे कपडे, डेटॉल मध्ये धुऊन ठेवते.

मानसीच्या आईचीही लगबग चालू असते..

आई तिच्यासाठी ओवा, बाळासाठी पांढरे शुभ्र धोतराचे बाळते (गुंडाळण्यासाठी कपडे) तयार करून ठेवते.

नवव्या महिन्यात शेवटी शेवटी मानसीला खूप सुज आलेली असते.

(क्लिनिक मध्ये) मिनलताई तिला व स्वप्नीलला बोलते.

मिनल- (तिला चेक करते) "मानसीच्या अंगावर खूप सुज आहे. बी. पी. पण कमी जास्त होते आहे..ब्लड टेस्ट्स केल्या आहेत."

"पण....आपण नॉर्मल डिल्हीवरी साठी वाट नाही बघू शकत. असं पण आय. व्ही. एफ मध्ये रिस्क नाही घेत आणि अशा कंडीशन मध्ये तर नाहीच नाही."

मानसी- "ताई, प्लिज ट्राय... म्हणजे मला कळांचा अनुभव घ्यायचा आहे, हा एकच चान्स आहे. नंतरचे काही माहिती नाही मला....फक्त ५ मिनिटे मग सिझर केले तरी चालेल."

मिनल- "हे बघ मानसी, मी केले असते. पण अशा परिस्थितीत शक्य नाही. तुझ्या जीवावर बेतू शकतं ते. प्लिज ट्राय टू अंडरस्टॅंड."

मानसी हताश होते. तिच्या बाळाशी रात्री बोलते.

मानसी- (पोटाला हात लावून बाळाशी बोलते) "बाळा आपल्याकडे 2-3 दिवस आहेत अजून, बघ तू स्ट्रॉंग आहेस ना मग स्वतःहून बाहेर यायचा प्रयत्न कर... हम्मम."

असे बोलून मानसी झोपते. तिला पोटात दुखायला लागते. डिल्हीवरी होते.

बाळ बघून सगळे एकमेकांकडे बघतात. मग मानसीला बाळ दाखवतात.

ते निग्रो (आफ्रिकन) बाळासारखे दिसते. मानसी दचकून उठते. एकदम घामाघूम झालेली असते.

पोटाला हात लावते, मग तिला हायसे वाटते की अजून डिल्हीवरी व्हायची आहे.

पण... "डॉ. नी नक्की आमचेच एम्ब्रिओज टाकले होते ना. सोबत एक नायजेरियन जोडपं पण होतं. काही गडबड तर झाली नसेल ना." असे अनेक प्रश्न तिच्या मनात येतात.

ती देवाला नमस्कार करते व झोपून जाते.

शेवटी सिझर ची वेळ येते. ऑपरेशन थिएटरमध्ये मध्ये ती असते. दोन्ही फॅमिलीज (भाउजी-निलिमापण)सज्ज असतात बाहेर, बाळाचे स्वागत करायला.

बाळाच्या रडण्याचा आवाज येतो. "मुलगी झाली, लक्ष्मी आली." असे नर्स सांगते. सगळे एकदम खूश. खूप गोड आणि हेल्दी बाळ असते. एक-एक करून सगळे बाळाला घेतात.

स्वप्नील बाळाला हातात घेतो. चक्क **'आपलेच हृदय'** हातात घेतल्या सारखी भावना असते ती. शब्दात न मांडता येणारी, शब्दांच्या पलीकडली...

प्राजू-दिपू- "नवीन जन्माला आलेलं बाळ बघायचे आहे. अरे बघू......किती छान आहे ना!!! एकदम ताई सारखीच आहे".

स्वप्नील सेलीन ला बाळाचा फोटो पाठवतो. ती मेसेज करते..

" सो क्युट".

आई घेतात बाळाला...

आई- "अरे स्वप्नीलची कॉपी आहे."

ओमला ही दाखवतात "बघ तुझी छोटीशी दिदी. "

बाळ आजीच्या अंगावर सुसु करते.

सगळे हसतात.

आप्पा- "बघ आवडलं तिला."

मानसीची आई तिच्या कानात 'ओम' म्हणते. दोन्ही आजोबा बाळावर नोटा ओवाळतात.

हॉस्पिटल मध्ये पेढे वाटतात. प्राजू पण घरी गेल्यावर शेजार्यांना पेढे वाटते.

मानसी झोपलेली असते. त्रास होत असतो. उठता येत नाही. मानसीची आई बाळाला वरचे दूध पाजते. (वाटी-चमचा ने). ते चुटूचटू दूध पित असते.

नर्स- "बाळाला फीड करायचे आहे."

मानसी उठायचा प्रयत्न करते. तिला उठता येत नाही.

नर्स- "एक मिनिट".., (बेड तिरकस करते).

नर्स बाळाला मानसी जवळ नेते. फीड करायचा प्रयत्न करते. मानसी बाळाचा चेहरा बघायला आसुसलेली असते. वाकायचा प्रयत्न करते पण त्रास होतो..तिला चेहरा फारसा दिसत नाही, धुसर दिसतो.

मानसी ची आई नर्स शी बोलत असते की "अजून काही खाल्ले नाही तर कसे दूध येईल तिला."

नर्स- "हो मावशी पण बाळाला ओढायची सवय होते..नाहीतर त्याला आयते दूध प्यायची सवय लागते ".

दुसऱ्या दिवशी, मानसीची आई बाळाला गुंडाळून चमच्याने दूध पाजून झोपवत असते. आता मानसीला थोडे उठता येते. उठून बसते. बेड ॲडजस्ट करते नर्स. आई बाळाला झोपवते.

मानसी- "आई परी झोपली का गं?"

आई- "हो झोपली. आता तू पण आराम कर थोडा."

मानसी- "हो.....आई..... तू नसतीस तर कसं झालं असतं माझं. किती आधार वाटतोय तुझा." (रडवेली होऊन)

आई हसते.

मानसी- "आई एक विचारु. आता का कुणास ठाऊक मला खूप रडावसं वाटतयं."

आई- "होत असं"... (डोक्यावरून हात फिरते) (बेबी ब्लुज)

मानसी- "तू कसं मॅनेज केलसं गं चारही डिल्हीवरीज, तेही तुझे आई-वडील नसतांना...... माझ्यावरून सांगते, अशा वेळेस आई सोबत असणे किती आधाराचे वाटते गं"......

आईला एकदम रडायला येते पण आई सावरते, आठवणीत हरवते.

आई- "तुझे बाबा..माझ्या सासुबाई म्हणजे तुझी आजी यांनी मला कधीच माझ्या माहेरची आठवण येऊ दिली नाही. ते सगळं केलं जे जे आपले आई-वडील करतात."..

" माझी 'माय' होत्या त्या. बाळाची आंघोळ घालणे, माझ्या साठी बाळंतिणीचे लाडू बांधणे, शेक शेकोटी सगळं, सगळं अगदी आनंदाने करायच्या त्या"...

"मला मुली असूनही कधीही कमी केले नाही".. " धन्य ती माऊली "..

" बाईचं बाईपण, आईपण.. पुरेपूर होते त्यांच्यात.. माझा भक्कम आधार होता तो."

दोघी एकमेकींना हग करतात.

आई- "वेडाबाई असं रडायचं नसतं, खूश रहायचं आता. पुस बघू डोळे. घे परीला...बघ डोळे भरून."

मानसी बाळाला बघते. डोळे भरून, मन भरून. आनंदाश्रू येतात. पान्हा फुटतो. बाळाला पाजते.

खरंच आई बाळाला जन्म देते की बाळ त्या आईच्या "आईपणाला"......

थोड्या वेळाने (स्वप्नीलची) आई येते. डबा घेऊन.

आई- "काय म्हणतयं बाळ, झोपली का?"

मानसीची आई- "हो झोपली."

आई- (मानसी कडे) "मानसी बरं वाटतंय ना बाळ."

मानसी- "हो आई."

आई- "उठ बघू, हे बघ गरम-गरम गुळाचा शिरा आणलाय, खाऊन घे. वहिनी तुम्ही ही खाऊन घ्या हे".

मानसीची आई- "हो....एकटीची धावपळ होतेय ना."

आई- " नाही हो"...

मानसी चा ऊर भरून येतो.

मानसी- "आई, थँक्यु."

सासू- "कशाबद्दल?"

मानसी- "सगळ्याच बद्दल. म्हणजे आई...तुम्ही मला एकदाही बाळ होत नाही म्हणून कोसले नाही. उलट नेहमी सपोर्ट च केला." मला खूप आधार वाटायचा तुमचा."

तिला परत रडायला येते. खूप कृतज्ञता वाटते.

"कसं सांगू मी...., एका मुली साठी 'माहेरी आई' आणि 'सासरी तुमच्यासारखी सासू' असण्यासारखं दुसरं सुख नाही."

सासू- "ए वेडाबाई, रडायचं नाही आता." असं म्हणत तिला जवळ घेतात.

डॉ मिनल येते. चेक अप, ड्रेसिंग करते

मिनल- "सगळं ठीक आहे. उद्या डिस्चार्ज मिळेल."

घरी बाळाचे जंगी स्वागत होते. भाकर तुकडा, पाणी ओवाळले जाते.

बाळाची तेल लावून मालीश, आंघोळ होते.

मानसीची आई मानसीला व परीला घरी नेण्याबाबत विचारते.

स्वप्नीलची आई- "हो घेऊन जा. राहू देत थोडे दिवस तिला तुमच्याबरोबर. मग ती आल्यावर देवीचा नवसही फेडायचा आहे गावी."

मानसीची आई- "बरं".....

मानसी आईकडे जाते. ती परत आल्यावर गावी जाऊन नवस फेडतात...

थोड्या दिवसांनी... परी ५-६ महिन्याची झालेली असते. डोस (वॅक्सिन) दिल्यामुळे ताप आलेला असतो आणि पाय दुखत असल्याने रडत असते.

मानसी तिला हातात धरून बसते. बाळ झोपते. स्वप्नील ला ही झोप लागते.

परीला खाली टाकणार तेवढ्यात ती रडते. म्हणून परत अंगावर झोपवते.

बाळाच्या आवाजाने त्याची झोप मोड होईल, असे वाटल्यामुळे ती बाळाला बाहेर घेऊन जाते व अंगाई गाते.

अंगाई- (मानसी)

"सानुली शी छकुली गं साजिरी ग बाई

नीज बाळा गाते तुझी आई अंगाई..

मोठी होशील, गुणी होशील, चमकशील बाळा

लक्ष तारे नभी परी, जसा शोभे 'ध्रुव' तारा"....

बाळही झोपते व मानसीही तिथेच झोपते.

थोड्यावेळाने स्वप्नीलला जाग येते. तर बेडवर मानसी व बाळ नसतात. तो बाहेर येतो.

सोफ्यावर मानसी बाळाला घेऊन झोपलेली असते. तो मानसीच्या डोक्यावरून हात फिरवतो. तिला जाग येते. (५.३० वाजलेले असतात.)

स्वप्नील- "झोप, झोप... किती वाजता झोपली परी?"

मानसी- "४ वाजता झोपली. थोडा त्रास होतोय पाय हलवल्यावर".

स्वप्नील- "मग... मला का नाही उठवले!"

मानसी- "तुला ऑफिस ला जायचे असते ना. आणि तुला तर माहिती आहे, मी रात्री जागू शकते, पण सकाळी......

स्वप्नील इंटरप्ट करतो तिला.

स्वप्नील- "हो मला माहिती आहे. आजपासून तू रात्री जागत जा. पहाटेपासून मी सांभाळत जाईल. तुझी पण झोप महत्वाची आहे ना"....

त्याचा हात हातात घेते. चेहर्यावर खूप रिलीफ मिळाल्याचे, समाधानाचे, समजून घेतल्याचे भाव असतात तिच्या.

पॅरेंन्टहूड म्हणजे एकत्र पणे मुलांना वाढवणे. दोघांमधील

असलेल्या गुणांची एकत्र सांगड घालून पुढे चालणे.. म्हणजे तो

प्रवास त्रासदायक न होता मजेशीर होतो.

सकाळी काही महिन्यांनी..... खिडकीतून घरात सकाळचे ऊन येते. परी गाढ झोपलेली असते. सुट्टी असते. ९-९.30 वाजलेले असतात. तिला मानसी उठवते.....

"उठा उठा चिऊताई, सारी कडे उजाडले

डोळे तरी मिटलेले अजूनही अजूनही"....... असं तिचे आवडते बालगीत म्हणते..

परी हसत उठते. स्वप्नील तिच्याशी बेडवरच मस्ती करतो.

मानसी तिला दूध देते. नंतर आंघोळ करून आजोबा तिला पाठीवर बसवून घोडा करतात.

आजी तिला गोष्ट सांगते. खाऊ घालते.

तिच्या आठवणीतून ती बाहेर येते व तिची अर्धवट कविता पूर्ण करते.

2019

त्याच्या खोलीत तो ऑफिस ला जायची तयारी करत असतो.

मानसी- "आपण शिर्डी ला जायचे का? दोन्ही मुलींना घेऊन दर्शनाला जायची इच्छा आहे माझी."

स्वप्नील- "ठीक आहे, करू प्लॅन. चल निघतो मी."

बॅग घेतो हॉलमध्ये येतो.

"आई-आप्पा, चला, येतो"..

दोघेही- " हो"...

आई-बाबा दोघेही सोफ्यावर बसलेले असतात. बाबा पेपर वाचत असतात. आई सोफ्यावर ताटात काहीतरी (भाजी वगैरे) निवडत असतात.

मानसी- "आई-आप्पा.. चला चहा-नाश्ता आणला"..(डायनिंग टेबल वर ठेवते)....... "आई राहू द्या बघू ते. मी करेल.

"या, आधी खाऊन घ्या."

ती त्यांची इतकी काळजी घेते, हे बघून आईला भरून येते.

आई- "मानसी, किती काळजी करतेस सर्वांची.

"घराबरोबर माणसांनाही आवरतेस, सावरतेस.

"किती जपतेस? संपूर्ण घराची आई झाली आहेस." (आईच्या डोळ्यातून पाणी येते).

मानसी- (मानसीला ही भरून येते). "एका आईकडूनच शिकले मी."

आई हसतात. नाश्ता खायला सुरुवात करणार तोच आवाज येतो. "येऊ का? आहे का कोणी घरात?"

बाबा- "प्रमिला अगं तू?" (आनंदाने)

मानसी- "या आत्या तुम्ही ही सोबत नाश्ता करा." (नमस्कार करते

मानसीने नमस्कार केल्यावर आत्या तिला आशिर्वाद देतात.)

आत्या- "सुखी रहा...आता एक मुलगा होऊ दे लवकरच."

मानसी स्मित हास्य करते.

आई- "या वंस कशा आहात? सगळं ठीक आहे ना!"..

आत्या- "हो वहिनी, गुडघे दुखतात, जास्त चालवत नाही. पण चालायचंच."

आप्पा- "चालायचंच". (खूप खाते असा इशारा करतात आणि हसतात.

आत्या- "हा दादा मला चिडवतच राहील".... (हसतात सगळे)...

"सगळ्यांची आठवण येत होती. म्हणून म्हटले भेटून येऊ"..... "आणि रमेश कडे पूजा ही आहे उद्या"...

आई- "हो ना.. सोबतच जाऊया".

आई, आप्पा, आत्या सगळे गप्पा मारत नाश्ता करतात.

मानसी किचन आवरत असताना, 'एक मुलगा होऊ दे लवकर' असे वाक्य मनात घुमत असते.

संध्याकाळी ती फोन करते स्वप्नीलला.

मानसी- "निघालास?"

स्वप्नील- "हो पोहोचेल थोड्यावेळाने. का गं.?"

मानसी- "अरे येतांना दोघींना वर घेऊन ये. खाली खेळतायेत."

स्वप्नील- "ओके मॅडम, अजून काही!!"...

मानसी- "नो, दॅट्स इट"..

दोघेही गालात हसतात. बेल वाजते. ते तिघे असतात. ती दोघींना हात धुवायला घेऊन जाते. स्वप्नील बॅग ठेवतो. सॉक्स काढतो.

स्वप्नील- "आई-आप्पा?"

मानसी- "आई-आप्पा गेलेत. उद्या कार्यक्रम आहे ना काकांकडे".

स्वप्नील- "अरे हो.. विसरलोच"......

रात्री बेडरूम मध्ये...... मुली बेडवर झोपलेल्या असतात. (तीने गाऊन घातलेला असतो) कपड्यांच्या घड्या घालत असते. कपाटात ठेवते.

कपाटातून डोहाळजेवणासाठी साडी कोणती घालायची ते सिलेक्ट करत असते, इस्त्री नीट आहे की नाही बघत असते.

एक साडी हातात...

मानसी- "अरे हो, आज आत्या आल्या होत्या."

स्वप्नील- "हो का, कशी आहे आत्या? खूप दिवसानंतर आली."

मानसी- "हो ना, गुडघे दुखी चा त्रास होतो आहे त्यांना...पण आठवण येत होती म्हणून आल्या भेटायला घरी"... " सोबतच गेले सगळे मग"...

स्वप्नील- "हम्मम, जाईल मी तिला भेटायला एकदा".

मानसी- "आत्या म्हणत होत्या, आता एक मुलगा होऊ द्या".

स्वप्नील- "चालेल की...'मी' नेहमीच तयार..... (तिला चिडवत बोलतो व हसतो)

मानसी- "खरंच? (हसते. थोडं थांबते) . "ॲक्च्युली, जोक्स अपार्ट, मला तुला स्पष्टच विचारायचे. तुलाही एखादा मुलगा हवा असं वाटतंय का?"

स्वप्नील- "का, असं का विचारतेस?"

मानसी- "नाही, म्हणजे बघ ना, आम्ही बहिणीच. त्यामुळे मुलाशिवायही आयुष्य छान असतं, हे मी अनुभवलंय.

"पण.....तुझं मत, तुला काय वाटतं, हे ही तितकेच महत्त्वाचे. कारण हा निर्णय दोघांचा मिळून असला पाहिजे."

स्वप्नील- "अगं, तू तर खूपच सिरिअस झालीस".

मानसी- (प्चचचच) "प्लिज सांग ना, मला जाणून घ्यायचयं."

स्वप्नील- "ठीक आहे, सांगतोऽऽ....

"मानसी गम्मत अशी आहे ना, की काही वर्षांपूर्वी 'मुलगा' असो की 'मुलगी', आपल्याला एखादे **'बाळ'** पाहिजे होते. मग परी झाल्यावर नविशा झाली.

देव देतो ते विनातक्रार घ्यायचे सोडून मग आपण " **चॉईस** " करायला लागतो.

पण मी खूश आहे. माझ्या दोन्ही मुलींचा मला अभिमान आहे आणि मला अजून कसलीच अपेक्षा नाही आहे."

मानसीच्या डोळ्यात आनंदाश्रू येतात. तो तिच्या कडे बघतो, भुवया उंचावतो. ती हसते, होकारार्थी मान डोलावते. डोळे पुसते.

स्वप्नील- "उद्या प्राजूचे डोहाळजेवण आहे. जायचे आहे ना!!"

मानसी- "हो"....

स्वप्रील- "चला मग झोपा."

मानसी मुलींच्या एका बाजूला आणि तो मुलींच्या दुसर्या बाजूला झोपतो.

मानसी- "ऐक ना!!".....

स्वप्रील- " हम्मम " (डोळे बंद असतात).

मानसी- "सेनी सेवियोरूम".(टर्कीश मध्ये 'आय लव्ह यू').

स्वप्रील- "हम्मम.... झोपा, सकाळी उठायचंय."

त्याच्याही चेहर्यावर गोड हसू येते. ती त्याच्याकडे बघतच. (चेहर्यावर स्मितहास्य) डोळे बंद करते.

दुसऱ्या दिवशी ओटी भरणाचा कार्यक्रम असतो. सजावट केलेली असते. बर्यापैकी लोक आलेले असतात. सगळीकडे लगबग असते. ड्रिंक्स सर्व करणे चालू असते. स्टार्टर्स ही येतात..

मानसी आईला भेटते. बहिणीही भेटतात. मुलीही आजीकडे जाऊन बसतात. सगळा गोतावळा जमतो.

डोहाळजेवणाचा कार्यक्रम सुरू होतो. प्राजूला बंगळीवर बसवून मग डोहाळजेवणाची गाणी म्हणतात.

इशिका छोटा डान्स करते.

मग मानसी "आईपण" ही तिची कविता वाचते. (तिच्या "आई" होण्याच्या प्रवासाचा फ्लॅशबॅक असतो.)

स्वप्रीलला सरप्राईज असते हे.

आईपण कविता.....

"आईपण एकदम खास असते, कारण मुलांचा ती श्वास असते."

"नकळत लागते चाहूल येणाऱ्या जीवाची, 'मुलगा' की 'मुलगी' पेक्षा आई होण्याचीच 'हौस' भारी......

"आई होण्यासाठी झालेला..होणारा..त्रास कधीच विरतो, कारण बाळाची प्रत्येक गोष्ट टिपण्यासाठीच हा जीव झुरतो."

"पहिली सोनोग्राफी, बाळाची हार्ट बीट,

इटुकले-पिटुकले हात-पाय फुटणे असे बरेच काही विलक्षण घडत असते, आणि अशातच ही 'विलक्षणी' सगळे हसत-खेळत एन्जॉय करत असते."

"होणाऱ्या आईला लागतात डोहाळे, पण (होणाऱ्या) बाबांना का लागतात हेच ना कळे."

"हे नको खाऊ, हेच खा..अशा ना-ना सूचना, कारण प्रत्येकालाच एक 'सुद्रुढ' बालक हवा."

"बघता-बघता शेवटी येते ती वेळ, नॉर्मल की सिझर यातच होते जीवाची घालमेल".

"काहीही झाले तरी बाळ आणि आई सुखरूप असावे कारण, प्रत्येकाचेच "आईपण" खास असावे."

"बाळ बाबावर की आईवर याची सुरू होते सरबत्ती,

रडणे, शी-शू-जागरण अशा नानाविध गोष्टींमधून आता कधीच नाही सुट्टी, आता कधीच नाही सुट्टी"....

"मग वाटते.... मग वाटते,आई व्हावे सिनेमातल्या आई सारखे, जिचे बाळ असते शांत आणि तिचे केस असतात मोकळे चोकळे." (सगळे हसतात)

आई... (कंठ दाटून येतो तिचा)

आई ही आईच असते, मग ती... 'माझी' असो, 'श्यामची' असो नाहीतर 'सिंधुताई' (सपकाळ) असो.

"आईपण" कधीच सरत नाही, ते आईबरोबरच सरते, तिचे प्रेम, माया, आठवणी हेच मागे उरते.....हेच मागे उरते...

सगळे टाळ्या वाजवतात, स्वप्नीलला तर खूपच सरप्राइजिंग असते. तो तिला हळूच 'थम्ब्ज अप' करतो.

ते कार्यक्रम करून घरी परतत असतात. ती गाडीत बसताना मागे बसते.

मानसी- "मी मागेच बसते. नवु झोपेल आता."

स्वप्नील- "हम्मम.. ठीक आहे"...

गाडी सुरू होते. प्रवासात....

स्वप्नील- "छान झाला कार्यक्रम. तू तर कमालच केलीस"...

मानसी मागच्या सीटवर बसलेली असते. दोन्ही मुलींना घेऊन. लहानी झोपलेली असते मांडीवर.

मानसी- "आवडलं! थँक्यु"..

असे बोलत असतात. तेवढ्यात डिवायडरवर टर्न घेऊन समोरच्या गावातल्या रस्त्यावरून जायचे असते पण खूप फास्ट एक गाडी येते. ॲक्सिडेंट होतो (SUV car). त्याला जबरदस्त मार लागलेला असतो. ती आणि मुली मागे असतात. त्या किरकोळ जखमी होतात.

त्याला हॉस्पिटल मध्ये ॲडमिट करतात. आय. सी. यू. मध्ये ऑपरेशन करून काचेचे तुकडे काढतात. रक्त देण्यात येते. क्रिटिकल सिच्युएशन असते. ती मुलींना घेऊन बसलेली असते. तिला मुका मार लागलेला असतो डोक्याला. थोडं खरचटलेले असते.

आई-आप्पा आलेले असतात. तिला त्यांना बघून जीवात जीव येतो व ती खूप रडते. आई ही रडत असते. त्या एकमेकींचे सांत्वन करतात.

आप्पांच्या ही डोळ्यात पाणी येते. आप्पा डॉक्टरांच्या बाहेर येण्याची वाट बघतात.

आई नातींना जवळ घेतात व परत रडतात.

डॉक्टर बाहेर येतात.

आप्पा- "डॉ, कशी आहे त्याची तब्येत? "

डॉ- "हे बघा. २४ तास अंडर ऑब्जर्वेशन आहे. मार जास्त होता पण ऑपरेशन सक्सेसफुल झाले आहे."

तेवढ्यात मिनल व राकेश येतात. ते आई- आप्पांना समजावतात. मानसीला त्यांना बघून परत रडायला येते.

मिनल- "मानसी हो शांत बघू".

नर्स औषधांची लिस्ट घेऊन येते. आप्पा ती घेतात व औषधे आणायला जातात.

दुसऱ्या दिवशी..... त्याला शुद्ध येते पण तो अजूनही डोळे नाही उघडत.

डॉ- "पेशंट इज आऊट ऑफ डेंजर नाऊ"..

आई- मानसी देवाला आभार मानतात. पण अजूनही डोळे उघडलेले नसतात त्याने. मानसीचेही आई- बाबा आलेले असतात. ती घरी जाते. मुलींना जेवायला देते.

परी- "आई....बाबा कधी येणार?"

मानसी- "बाबा.....येईल...लवकरच"..(कंठ दाटून येतो).

मग मुलींना झोपवते. तेव्हा तिला आठवते की तो एकीला झोपवायचा आणि ती दुसरीला. तिला परत रडायला येते.

तो फोनवर बोलताना, मुलगी बाहुलीसकट कड्यावर घ्यायचा हट्ट करायची तेव्हा कड्यावर घेऊन बोलायचा.

स्वयंपाक करताना लहान मुलगी रडायला लागली का मानसीला " मी आहे ना " असा इशारा करून तिला घोडा- घोडा करायचा.

ऑफिस मधून घरी येतांना परी ला गार्डन मधून सोबत घेऊन यायचा. सुट्टीच्या दिवशी फिरायला घेऊन जायचा. त्यांचे छोटे छोटे हट्ट पुरवायचा.

आज ती दरवाजा उघडते तर सोबत मानसीची आई व परी असते. मानसी त्याला बाहेर शोधते कावरी- बावरी होऊन पण तो नसतो. हे सगळे आठवून तिला खूप रडायला येते.

दुसर्या दिवशी हॉस्पिटलमध्ये.....

आई, बाबा, मानसी तिघेही असतात. डॉ बाहेर येतात.

डॉ- "पेशंटला शुद्धी आली आहे. तुमच्या पैकी कोणी एक भेटू शकतं".

मानसीला आनंद अनावर होतो. ती धावतच सुटते.

आई-आप्पा ही येतात मागे-मागे. त्याला शुद्धीवर बघून तिला खूप आनंद होतो. त्याचा हात-हातात घेते.

तो तिच्या कडे बघतो....

स्वप्नील- "शिर्डीला जायचंय ना!!."

तिला आनंदाश्रू अनावर होतात.. मान हलवूनच होकार देते व परत खूप रडते.

तो बरा होतो. पट्टी असतेच पण डिस्चार्ज मिळतो.

घरी सगळे काळजी घेतात. काय हवं नको ते बघतात.

मुली पण पाणी आणून देतात, गोळ्या तोंडात टाकतात. त्याच्या मागे पुढे करतात. त्याच डोकं मांडीवर घेऊन त्याला गाईगाई करतात, थापडतात.

त्या मायेची ऊब त्याला जाणवते. तो बरा होतो.

तो पूर्ण बरा झाल्यावर सगळे जण शिर्डीला जातात.

खरं म्हणजे.......आता मला समजले की

"आईपण" एकदम खास असतेच, पण...

तिच्यासोबत समजूतदार बाबा असणे,

एकदम 'झकास' असते, एकदम 'झकास' असते......

9 789356 113961

Printed by Libri Plureos GmbH in Hamburg,
Germany